[illegible]మంత్రిమీఁద రచించిన పద్యము.

సీ. ఫణిరాజు తనశిరోమణులు లక్ష్మికిమ్మనో, యని విష్ణు క్రిందటఁ నణఁగి యుండె
తనరోమములు సేతకిమ్మనో యని, వనధి సంతసమున నొదిఁగి యుండె
సురశాఖ కమ్మ కెవ్వరికిమ్మనో యని, తరణి యగ్గిరిమ్రోల దిరుగుచుండె
కైలాసశిఖరమే కరికిమ్మనో యని, యుగ్రుఁ డక్కడ దాఁకొని యుండె బూనెఁ
[illegible] నీ దాన విఖ్యాతి యఖిలదిశల! మించి విలసిల్లె నీకీర్తి నెంచఁ దరమె
తక్కు లేవేళఁ గామెనో తండ్రి నిన్ను! ప్రణుతనగధైర్య! రాయని భాస్కరార్య.

అను నీపద్యంబొనరించి సబహుమానంబుగా నాభట్టుకవి తనరాయలవారి యొద్ద [illegible] ఖ్యాతంబు నెఱింగించిన రాయలవా రత్యంత సంతోషాశ్చర్యస్వర సమన్వితమానసులై భాస్కరము భాస్కరునిచేఁ బోషింపఁబడిన భట్టుకవి నవలోకించి మ[illegible]ల నతఁ డేమి యొసంగునని యడిగిన నతఁడు ప్రాణదానం బొనరించె నడిగిననింక నేమి యొసంగఁగలఁడు? మాంసంబయిన నిమ్మనని చదివిన పద్యములు.

క॥ శ్రీలొప్ప రాయని బాచఁడు! కాకాలు గణించు మపిన్న కాలము నాఁడే;
[illegible] కీర్త్య మియ్య నేరఁడు! డాకును కొమ్మ యిచ్చె దట్టి దాతలు గలరే?
క॥ [illegible]ప్రాలయినను వ్రాయను! నావ్రాయఁడు వ్రాసె నేని [illegible]వ్యయమనయిన[illegible]
[illegible] తావకీయ్యఁడు! భావజ్ఞుఁడు రాయనార్యభాస్కరుఁ! [illegible]డెలమిన్॥

అట్టి [illegible] మానంబైన దానంబు చేయునా? అని రాజడుగ నో[illegible] సంకేతంబేల? అని భట్టు వక్కాణించిన రాయలవారు తమయాస్థానంబునం గల పండితమాగధులనెల్ల నిరీక్షించి మీరా భాస్కరుపాలికిం జని యాతని భార్యనిమ్మని యాచిం[illegible] [illegible] భాస్కరుం డర్థిజనజనకుండు మేము కీర్తి[illegible]ల మ[illegible] చేయనోపమనియు, నాదాతకును మాకును వర్ణాంతరమ్యంబునుం [illegible] నామాత్రంబున కైనను తదీయవర్ణజులఁ బంపుటయుచితంబుగా [illegible] [illegible]కింబుగా వారలఁ తప్పించుకొనుచు, రాయలు తదీయకులజులగు [illegible] [illegible] ఇట్టులనే యుపదేశించిన వారలంగీకరింపకున్న నట్టి [illegible] [illegible] వారిరువురు భాస్కరుని సందర్శనంబునకేగి రట్టిసమయంబున [illegible] నొక విప్రశిఖామణియగు సేనమయాజి యనునాతని యగ్రత [illegible] [illegible] భాస్కరుండు కుటుంబవృద్ధిచే వర్ధిలు నెడ నా సేదమయాజియు నీ [illegible] [illegible]తీయ పుత్త్రికను నెచ్చోటంగానక మరల నీభాస్కరు [illegible] [illegible] కొను మని ప్రార్థింప వలెయని యుద్యాపంబై [illegible] [illegible] దీయ పునస్సంధాన మహోత్సవంబునం దెలుంగు చుండ్యా

యనేకభూసురాగ్రేసరాదిమార్గణగణంబుల నిష్టార్థవితరణంబులచేఁ బరితృప్తులం గావిం
చునెడ నీయిరువురు దత్సమీపంబునకుం జనినం జూచి సగౌరవంబుగా సేదమయాజి
బహుబహూకృతుల నొసఁగం బూనిన, నతనిం గనుంగొని నీ వొసంగుబహూకృతులం
గైకొన మనిన, ఆదాత జామాత యగుభాస్కరమంత్రితో వారల యభిప్రాయముం
దెలిసిన నాభాస్కరమంత్రి వారలం గని మీమనోరథం బెద్ది యని యడిగిన లేదన కి
చ్చెదవేని కోరెదము; లేకున్న నిన్నపయశోదూషితుం జేసెద మనిన విని, నేనడిగిన లే
దన నని వ్రతం బూనితిఁ గాన సందియ మొందక యడుగుం డిచ్చెద ననిన వారిలో నొ
కఁడు నేను బ్రహ్మచారి నగుటయును నీ కిరువురుకళత్రములు కలుగుటయును తటస్థిం
చెఁగాన నీరెండవభార్యను నా కొసంగు మని వేఁడిన నాభాస్కరుం డత్యంతసంతోషి
తస్వాంతుండై పతివ్రతాతిలకం బగుతనరెండవభార్యం గనుంగొని నీవు పతివ్రతవును,
సత్కులసంజాతవు నయితివేని పతిమాటలమితి దాఁటరాదనుమాటంబట్టి నాయాజ్ఞ మీ
ఱక, ఈవిప్రుని నంగీకరించి నన్ను సత్కీర్తివంతునిగాఁ జేయుమని యొడంబఱిచియా
బ్రాహ్మణునకు సంకల్పపూర్వకముగా దానం బొసంగిన సేదమయాజి మొదలగు బంధురాజి
యుత్సాహశూన్యం బైయున్నం జూచి యర్థికిచ్చెద నని లేదనుట మహాపాతకం బని
యును, విప్రుని మనస్సంతోషంబు వాటింపంజేయుట బ్రహ్మలోకావాప్తి యనియును
నే నీతనికి నాతి నొసంగితిని, మును సూర్యవంశసంభవుం డగునొక మహారాజు తన
భార్య నొకవిప్రుం డడిగిన నొసంగి విశేషయశోభూషితుండయ్యెనని వారలనూఱడిం
చి సువర్ణభూషణాంబరంబు లొసంగి చందనప్రసూనమాలికాలంకృతులం జేసి యారే
యి కేళికాసదనంబున వారల నుంచ నెంచి తొలుత నావిప్రుని లోనికిం బనిచి పిదప
దనసతీమణిం బనుప నాబ్రాహ్మణుం డామె కెదురేగి ప్రణమిల్లి తల్లీ! నీవు జగదే
కపతివ్రతవు, నేను నీపుత్త్రుఁడ నగుటం జేసి నాయందలివాత్సల్యంబున మజ్జనకుండగు
భాస్కరమంత్రిచెంత కేగు మనిన నాసాధ్వి యట్లు లొనరింప నాభాస్కరుండిది యే
మిటి యని యాలోచింపుచుం దలపోసికొని, ఓవిప్రులారా! ఇట్టిపని యొనరించితి రిది యేమియు
చితం బని యడిగిన నోతండ్రీ! కృష్ణదేవరాయలవారియాజ్ఞచే మేమిట్టు లొనరించియు
మీవలన లేదనువాక్యంబుఁ బలికింప నేరమయితిమి. నీవదాన్యత్వం బనన్యసామాన్యం. నీ
కన్యకామణిం బరిగ్రహింపు మని ప్రార్థించిన నొల్లక మరునాఁ డరుణోదయంబునఁ గా
లోచితకృత్యంబుల నిర్వర్తించి కొలువుండిన సమయంబున నీవిప్రు లేఁగి భాస్కరునిం గ
ని, ఈమె నేమిచేయుదుము? వీరి కొసంగుదుము? అని యడిగిన వారిం గాంచి మీయిష్ట మ
గువారి కిండు! అని భాస్కరుండు వచించిన, బ్రాహ్మణులు నీవే మ కిష్టుండవు. నీకే
మేమిచ్చెద మని ప్రార్థింప నొల్లకుండిన నందొకవిప్రుఁడు చెప్పినపద్యము.

క. జొంకుట సుర సేవించుట
  జొంకుట యాయుష్య మడఁగిపోవుట గాదా?
  జొం కాడువానిపాలుక
  డుం గాడెడుదానిభగము రాయనిబాచా!

అని యీపద్యము చెప్పి భాస్కరమంత్రీ! నీ వాడితప్పని సత్యవ్రతముగల దాన శౌర్యంబులుండ విప్పుడీవు మా కిష్టమయినవారల కిచ్చుకొండని పలికిన మా కిష్టుండవు నీవే పరిగ్రహింపు మన నొల్లవైతివి. ఈ పతివ్రతాశిరోమణి నీకత్యంతకీర్తిఁ దెచ్చెఁ గాన నీ [illegible] క్రీడింపు మన నెట్టకేలకటు లొనరింప నానందభరితులై యావిప్రులు స్తుతించి చెప్పిన శ్లోకము,

  శ్లో. కృతేయుగే బలిర్దాతా, త్రేతాయాం రఘునందనః
    ద్వాపరే సూర్యపుత్రశ్చ, కలౌ రాయనభాస్కరః.

అని కీర్తించి మణికనక వస్తువాహనాదుల బహుమాన మంది యా బ్రాహ్మణులు రాయలకడ కేగి తద్వదాన్యావంత కల్యాణగుణగణంబు లుగ్గడించిన నచ్చెరు వంది యా సౌజన్యభామశిఖామణి భాస్కరునింజూడఁ దలంచి వినుకొండదుర్గాధీశ్వరుం డగుకోసబు ద్దాశెడ్డిగారి పేర మీమంత్రి యగుభాస్కరునిం జూడ నత్యంతకౌతూహలం బగుచున్నదిఁ గాన నిటఁబంపు నాపుణ్యనిధిం బంచిన, తద్దర్శనం బొనరించి కృతార్థుండ నయ్యెద నని యాజ్ఞాపించినం జూచి యతం డోమహానుభావా! నీవిచ్చుట మంత్రిత్వం బొనరించుట చే న[illegible]వంతునిం జేసితివి. ఇపు డారాజవేంద్రుం డగు శ్రీకృష్ణదేవరాయల సమ్ముఖంబునకు కేగి వారిదర్శనం బొనర్చి నన్నుఁ గృతార్థునిం జేయు మనిన భాస్కరుం డి[illegible] జూచి రాజా! ఇపుడు నాచేత ద్రవ్యము తక్కువగానున్నది అచట ననేక [illegible] నశ్యాశ్రయించెదరు. వారివలన కీర్తిఁగనుట కసాధ్యంబు. కాన నే నచటికిం జనఁజాల ననిన పరుసవేదిగల యల వేమారెడ్డిమొదలగు మాద్యశులము నీకు సహాయులమై యుండ [illegible] ధనలోపంబు కలుగునే? నీ కెంత ద్రవ్యంబు కావలయు నంత మేము నీవు వా[illegible] [illegible] మని శపథం బొనర్చి భాస్కరుని రాయలవారిసన్నిధికిఁ బంపిన నతఁ డానెగొంది యనురాజధానిం బ్రవేశించెను. అంత నాయనంతాకారుండు భాస్కరుఁడు [illegible] చేరి [illegible] బొనరింప నూహింప నక్కడి మంత్రివరుం డగుఅప్పాజీ యను [illegible] గలతిమ్మరుసు మిగులనసూయచే నాభాస్కరునకుఁ జేయుగౌరవముం [illegible] రాజులో [illegible] గాఁడగు రెడ్డియొద్దమంత్రి. ఇతని కింత [illegible] చేయఁ [illegible] నెదురేగుట గాని తనయాస్థానంబున కతనిం బిలిపించి [illegible] వం బొనర్చి సముచితంబగు గృహంబున నుండ నియమించి కొన్ని దినంబు లూరక

త్రివరునితో మైత్రిసలిపి యొకనాఁడా భాస్కరుని గని యోహో [illegible]
దినములలో నొకసూర్యగ్రహణము పట్టు నప్పుడు మన మిరువురు [illegible] స్నాన
నరించి దానాదికంబుల విప్రులందనియింపఁ జేయవలయునన భాస్కరుం [illegible]
జదేవేంద్రా! నీ వఖండనవఖండభూమండలాఖండలుండవు నేను దరిద్రుండను. [illegible]
కాంతరము కలదు. నీతో సమ్మంబుగా దానం బొనర్ప నసమర్థుఁడ [illegible]
తుంగభద్రానదిలో స్నానదానంబు లాచరింపఁ గోతూహల [illegible]
టులనాచరింపక తిలపని సిరోధింప నియ్యకొని తన [illegible]
బుత్తెంచి యగణ్యధనంబుం బంపుఁ డని వ్రాసిన [illegible]
చూచుకొని వారల తిఘనంబగుధనంబు స్వకీయ [illegible]
గంబునఁ దద్భటు లాధనంబు మార్గమధ్యంబున [illegible]
రాయల కొప్పగింపిన వారి నొరు తెలుంగకొండునటుల [illegible]
గక భాస్కరమంత్రి తనప్రభువులకు నతిశీఘ్రంబున [illegible]
తోలుతటివలె మిగుల ధనంబు పంపఁ దద్భటులును [illegible]
చుకయును దనకుఁ జేర కుండుటచే భాస్కరుండు [illegible]
డ్డివారి సెడ్డివారిగా నెఱుంగక మోసపోయితి నని [illegible]
గంబు సేయ నిశ్చయించికొని విప్రసంగ్రహం బొనర్చి [illegible]
బరుదేర వారిరువురుం దుంగభద్రానదికి స్నానంబు [illegible]
స్నాతులయి యుర్వీసుపర్వుల కఖర్వదానంబులు సేయు [illegible]
నీతం బయినధనంబు చెంగట నిడుకొని భాస్కరుండు [illegible]
ను. ఇట్లు పరస్పరము నామ్రేడితంబుగా నొసంగుచుండి [illegible]
బు పరిమితం బగుటచే నీషదవశేషం బగుటం గాంచి [illegible].

శ్లో. ద్రవిణం పరిమిత మమితవ్యయినం, జన [illegible]
హీనాంశుక మిన పీనస్తనజఘనాయాః [illegible].

అనుశ్లోకం బుగ్గడించుకొనుచు నిక లేదనుటలుగాం [illegible]
రణం బని యెంచుకొని స్వాభీష్టదైవంబగు శ్రీరామచంద్రు [illegible]
డుకొని ధ్యానించి విప్రపాత్రంబుపైఁ జేయిడి [illegible]
రుండగు శ్రీరామచంద్రుండు భక్తవత్సలుండు గావున [illegible]
ప్పాత్రంబున స్వకీయముద్రాంకంబులగు శ్రీరామ [illegible]
మాగ్రహప్రాప్తంబులగు శ్రీరామమాడల నొసంగసాగెను. [illegible] మగుటచే
ప్రభు విడుధనంబుకంటె నామ్రేడితముగా నొసంగినను [illegible]

[illegible] రాత్రి [illegible] గ్రామంబులనుక నిచ్చి యిమ్మంత్రివరుని కీర్తనం బె [illegible] దనకు ధనాభావంబును వలసత్త్వంబును గ్రామంబు [illegible] యిట్టివాక్యమూర్ధన్యుండు ధన్యుండుగాఁబున భగవ [illegible] కరణకృణీకృత రాధేయుండయి యున్నవాఁడు. [illegible] రెట్లు పంపినధనంబును మనకోశాగారం [illegible] ంబుగా సంతతము నొసంగినం జాలనయ్యెను. అతనికీర్తి [illegible] ంమనటులను, వసుంధరాదేవి నిక్షేపము [illegible] క్రమక్రమంబుగా సమధికంబుగాఁ దోఁచుచున్నయది. కావున [illegible] ఇఁక మనము విరమించుట లెస్స యని పలికి తానగరికిం [illegible] అట్టి [illegible] గల యిలాబృందారక బృందంబు లీరాజేంద్రు దానశాలి [illegible] గా వసువులం బ్రసరించుటను నిస్తేజస్కుం [illegible] కంబుగా కోలాహలం బొనర్పసాగిరి. అవ [illegible] లక్షించి [illegible] భాస్కరుం డాబ్రాహ్మణులం జూచి [illegible] తన సంశ్రితుండ వగుచున్న మీకు సంతుష్టి [illegible] యంతఃపురంబునకుం జనియె. మీకెంత వలసినను [illegible] యిడుమంచు వరుణోదయం బగుటయు నవ్యాసనంబున నస్తమ [illegible] భూసురానీకంబులు దినుపుమ నటుల వాసరత్రియంబు గడిపె.

అట్టి [illegible] దానదీక్షాధురంధరత్వమునకు నారాజశిఖామణి వెఱఁగంది సపరివా [illegible] జని యోమంత్రిప్రదీపేంద్రా! నీవిట్టి దేవతాప్రసన్నుఁడవగు [illegible] నొనరించినయపరాధంబుల సహింపు మని ప్రణామపూర్వకంబుగా [illegible] యాస్థానంబునకుం దోడితెచ్చి సముచితాసనాసీనుం జేసిభట్టుమూర్తిం [illegible] యిమ్మంత్రిచంద్రుండు [illegible] భాస్కరుండు సుమీ! అని ప్రశంసించిన నారా మరాజభూషణకవీంద్రుండు రచియించినపద్యము:

మ. [illegible] రిపు డేల భాస్కరులు? భా • షానాథ!; పుత్రా! వసుం
[illegible] దొక్కఁడు మంత్రియయ్యె; వినుకొండన్ రాయనామాత్యభా
స్కరుఁ డే?; [illegible]; నయినన్ సహస్రభుజశాఖల్ లే; నవేయున్నవే!
[illegible] దానము సేయుచో రిపుల హేతిన్ వ్రేయుచో వ్రాయుచో [illegible]

అని యిటుల నుతియించిన భాస్కరుం భట్టుమూర్తిని గాఢాలింగనం బొనర్చికొని బహుజహాత్యకృతుల నొసంగి యాదరించెను. ఆసమయంబునఁ గృష్ణదేవరాయ [illegible] వారా మంత్రితిలకంబునకు ననర్ఘ్యంబులును, దేవతాదత్తంబులు నయినపచ్చలకడియం

బులు బహుమానంబుగా నొసంగఁబూన నేను దాతను గాని ప్రతిగ్రహీతం గాన నవసమయంబునఁ దొలుత రాయలం గాంచిన భాస్కరుండు వెంటవచ్చిన భాస్కరునిం గాంచి కయివారం బొనర్చి ఇదియేమి మంత్రిశేఖరా! నీ మహాదాతృత్వకీర్త్యాద్యనేకసద్గుణంబులకు మెచ్చి యీరాజు నీవు భాస్కరుండవు గావున నీకరంబులం బట్టి యర్ఘ్యప్రదానంబు నొందఁ దలంచి సవినయంబుగాఁ బ్రార్థించి యమూల్యంబుగా మహాదానంబుచే నీ మరకతకంకణంబుల సమర్పింప నేల యొల్లవు? నీవు బ్రాహ్మణుండవే! యుపనయనసమయంబునఁ బిత్రుసన్నిధిని భిక్షం గయికొంటివిగదా. ఈరాయ లఖండభూమండలాఖండలుండు గావునఁ బిత్రుసముం డితఁడిచ్చినవం బుచ్చుకొనుట సముచితంబు. నీ ప్రతిక్షిప్తంబులు పలుకక స్వీకరింపు మనినం గయికొనియెను. అప్పుడా భట్టుం జూచి నిన్ను పెంచి యింతవానిం జేయుటచేతఁగదా యిటులఁ బ్రాపించె ననిన యీరాజసార్వభౌముండు నిన్ను వంచింపఁ దలంచి ప్రాణమానదానంబుల కొఱకుఁ గీర్తులచే నడిగించిన నీవిచ్చితివి గాఁడే వంచితుఁడయి నీవు మహానుభావుండ వని నిన్ను బ్రార్థించి పూజించె నిది కష్టంబుగా నెంచి నాయం దాగ్రహింపకు మని భాస్కరుండు వానిం జూచి సుతుం డెట్టికష్టం బాచరించినను తండ్రి సహించుట యుచితంబు. కావున కీర్తిపుత్రుండ వగు నీ వొనరించు కష్టంబు లయిన నిష్టంబులుగా నెంచితి నని యతనిం దనసమీపంబునఁ గూర్చుండ నియమించి నప్పుడా కవి చెప్పినపద్యము.

క. ముసలాపె చన్నుల వలె, పసనంటిది లోభివాని బ్రతుకు దరిద్రున్
పసిబాల వయసువంటిది, రసికుని జీవనము మంత్రిరాయని బాచా!

అని నీ వత్యంతసరసాగ్రేసరుండ వనూనదానకర్ణుండ వగుటం జేసి నిన్ను రాజదేవేంద్రుం డిచటికిఁ బిలువ నంపి కృతార్థుండయ్యె నని మఱియుం జెప్పినపద్యము.

క. పన్నిద్దఱు భాస్కరులని, యెన్నఁగఁ జూచినది కల్లయిద్దఱు గారా?
మిన్నున నొకభాస్కరుఁడును, పన్నుగ వినుకొండ మన్నభాస్కరుఁ డొకఁడున్.

అని నుతించు నెడ రాయలా భాస్కరుం జూచి నీవు మహానుభావుండ వనేకవందిమాగధసంస్తూయమానకీర్తిధుర్యుండ వగుట సర్వలోకప్రసిద్ధుండవు. నీపద్యంబులు దింటి పేరు మదీయనామాంకితంబగునటుల ప్రతిపద్యమునందును నానామాంకము చేయవలయు నని ప్రార్థించె నది మొదలు తొల్లిటి కవిశేఖర నామంబు విడిచి రాయని భాస్కరుం డను నామ మమరిచి తత్పూర్వగృహీతపద్యములను దిద్దుబా టొనరింపఁజేసి యాచంద్రతారార్కంబగు సత్కీర్తి బ్రహ్మాండకటాహంబునఁ బ్రకాశింపఁజేసెను.

ఇది మొదటి దగు రాయనిమంత్రిభాస్కరుని చరిత్రము ముగిసెను.

శ్రీరస్తు.

కొండవమంత్రియు భాస్కరునిపుత్త్రుండు నగు
కొండనామాత్యునిచరిత్రము.

సీ. వరవాళయై మణీ◆నిలయముల్ కవి కిచ్చె, దండిభాస్కరుసూతి ◆ కొండమంత్రి||

ఒకానొకనాఁ డీకొండనామాత్యుండు సకల సముచితపరివారపరివృతుండై నాహ్వాళి వెడలినంజూచి యొకమాగధవంశజుండగు పరిస్థాతి రామరాజనుమహాకవి యాదండనాథుని కెదుటఁ దటస్థించి ఓహో! యీతండు సకలమంత్రిప్రపంచశిరోభూషణంబగు గాయనభాస్కరమంత్రీంద్రునిగన్నఁ దండుగానోపు! కానియెడ నాఁడిట్టి యుత్సాహము జృంభణంబు కానేరదు. ఇతండు, "యథాబీజస్తథాంకురః" అనునట్లులోకోక్తియును దరితేప్రాప్తివేషంబుల గాన్పించుచుండె నని సంతసించి తైవానంబుగాఁ జెప్పినపద్యము.

శా. కాండాపిర్భూభాండభూపతిప్రాస◆ప్రాజ్యోరుశైలేయసూ
కాండాటోపకేతుమాతుల బ్రా◆కాశస్ఫ్రిపంతీమదు
త్కాండాఖండలఘండిపాండురయశః◆కర్పూరకోటీభవ
త్కాండా! గాయనిమంత్రిభాస్కరునికొం◆డా! దండనాథాగ్రణీ!

అని యీపద్యముం జదివిన కొండనదండనాథుండు తనవిద్యాగురు వగుభట్టాచార్యులవారిం జూచి యీకవి రచించినపద్యము నాలించితిరే? అనిన నప్పండితాఖండలుండు నప్పద్యంబు హృద్యంబుగా నుండుటకు చోద్యంబంది యోమంత్రికుమారా! నీవు సమస్తశాస్త్రాలంకారవిజ్ఞానభాసురుండవు. రసికాగ్రేసరుండవు. దానరాధేయుండవు. గాయనమంత్రిభాస్కరుని నందనుండవు. నన్నడుగం బనియేమి? పద్యము సంగినకవికి బహుమానం బిచ్చుట కీర్తి యని మీతండ్రి బిరుదుచేత వహించి నిరంతరదానవినోదశాలి యయ్యె నిదియునుంగాక,

గీ. కాసు లిడకయున్న◆కీవెనపద్యమే, ప్రభువువారి యిల్లు◆పాడుసేయు
ఔషధంబు పథ్య◆మలసడ కుండిన, మృత్యు వగుచు రోగి◆మ్రింగుకరణి.

క. పద్యము చెప్పినకవికి, హృద్యముగా నీయనట్టి◆హీనాత్ముని నా
పద్యము పామై కఱచును, ప్రద్యోతితకీర్తికాండ◆భాస్కరకొండా!

గీ. పడుచు నడిగినవాని◆పద్య మిచ్చినవాని, కడుపు కిడినవాని◆నడుపవలయు
నడుపలేనివాని◆నయవిదు లెంతురా?, భువిని భాస్కరేంద్రు◆పుత్ర! కొండ

న్ను శిక్షింపుట వంచించుటకుఁ గాదు. రెండవకడియంబునుం గూడ నొసంగి సత్కా రించుటకుఁగాని యయిగొమ్మని యిచ్చి యిట్టి వన్ను దూషించుట పాడియే? అనవక్క వికడము మూఁడుపాదంబు లిట్లని రచియించె.

“గండామెండశిఖండిబండడలకు లెక్కల్ సేయఁ బెక్కల్ సుమీ!
చండారాతికులాటవీదహనచండజ్జైత్రయాత్రాలస
కొండా! రాయనిమంత్రిభాస్కరునికొండా! దండనాథాగ్రణీ!

అని స్తుతియించి బహుమానంబు లంది దీవించి చనిరియోనఁట. ఇట కొండమంత్రి యును బహుకాలంబు సత్కీర్తి వడసెను.

ఇది రెండవమంత్రియగు రాయనిమంత్రిభాస్కరుని కుమారుం డగుకొండవదండ నాథుని చరిత్రము ముగిసెను.

మూఁడవమంత్రి.

రాయనిభాస్కరమంత్రి మనుమం డగు రామలింగభాస్కరుని చరిత్రము.

క. భాస్కరునకు కీర్తియమునా జగత్ప్రసిద్ధ, ఘనరామలింగభాస్కరుం డొకండు॥

ఆతఁడు భాస్కరుని మనుమండై కాలాంబున చిన్నపాటి నుండియు పితృగుణములగు భక్తి మంత్రిత్వమునకు తగ్గి యుండెను. ఇటు లుండ నొక నాఁడు మాగధులు సం గీతకు రాజమహాసభకు ప్రత్యక్షమై రాజును వింధ్యంబు విస్తారా దేశం బని భాస్కరుని మనకొల్కొండ చరిత్రము తెన్నని పెక్కునిఘంటులం జేర్కొనుచు పలికి జని యతండు నటించుట విని యామహా చరిత్రము ఆడించినవారిలో నిపుడున్న వారిలో నుత్తముల మనకాసము. కాన నీవలన మానుమహాత్ముని చరిత్రంబు విని కృతార్థుల మయితి మని యొకపద్యం బిట్లు పఠియించెను

చ. సమాజకోటియొక్కుట్టలు కుప్పజాతలు గూఢబరోదయముప్రభా
మహీనులు గోత్రవిద్వామద మాత్సర్యులు రాత్రించరానుకూలధీ
సహితులు మందబుద్ధులు సర్పసమానులు రాజసేవక
గ్రహా... గానవట్టిమన రాయనిభాస్కరుఁ డస్తమించినన్.

అని యీపద్యముం జవి తదీయ పౌత్రుండగు రామలింగమంత్రి నిక్షేపించి యి ట్లని పద్యం బొకటి పఠియించెను.

“ క. రాయని బాచనితోడనె । పోయెంగదా । కీర్తికాంత ” అని భట్టు చదివినవిని రామలింగమంత్రి పోదన భట్టేఁడియున నిజగో। అస్తరత్నఖచితంబగుపూర్ణమై భాస్కరుఁడు సంధ్యాంగన మొసఁగ్బ్యకొను బంగారపుటరివాణంబొసంగ గయికొనియిట్లు పఠియించెను.

“ అయనమనుమఁడ వని నిను। పాయదురా । రామలింగ, భాస్కరమంత్రీ । అని తులక నప్పద్యంబు సంపూర్ణంబయ్యెను.

క. రాయని బాచనితోడనె । పోయెంగదా కీర్తికాంత, పోదే మరిగో ।
అయనమనుమఁడవని నినుఁ । బాయదురా । రామలింగ భాస్కరమంత్రీ.

అని కొందఱాడి మరియునుం జెప్పిన పద్యము.

సీ. కడఁగి మేఘుండేక । కాలంబువనెగాని, కామరోష్ణ సేవేళఁ । గనియెఁగలదె?
కల్పభూరుహమొక్క । కాలంబునవెగాని, గరిమ సేవేళలఁ । గాయఁగలదె?
కామధేనువునేక । కాలంబునవెగాని, పెంపొంద సేవేళఁ । బిదుకఁగలదె?
కమలారి తానొక్క । కాలంబునవెగాని, యేవేళ నమృతంబు । నీయఁగలదె?
పలుచనైకాంక నాతుల । పాటులేక, పట్టువెందక చిల్లక । పంకపోక
అనుగునం బద్ధులకొసంగెందారు । ఘనిని, మనసునగణసాంద్రి రామలింగస్వామిమంత్రి

ఇట్లులాటించి భట్టు విడిమట్టునకును జని [illegible] దివిటి దుర్గమేలు మేలుగుణంబులుగల యుశమూర్తి సుకుమార [illegible] స్వతంత్ర రాజ్యాధిపత్యంబున కెల్ల స్వతంత్రాధికారం [illegible] భువన కఖండైశ్వర్యయశస్సమృద్ధుల [illegible] రుసాయంబులును ననపాయంబుగ [illegible] తా గణసూర్యణావ మనోరంజనముం [illegible]

ఇ [illegible] మంత్రియగు రామలింగభాస్కరమంత్రి [illegible]

నాలుగవ మంత్రియగు

గోపరాజు రామప్రధాని చరిత్రము.

సీ. గణకనిర్వాహంబు । కల్పించెనూరూర, మహిం గోపరాజు రా । మప్రధాని

ఈ మంత్రి లోక పరమేశ్వరుండిప్పుడు చెప్పుచున్న కృష్ణదేవరాయులకంటె పూ

ర్యంబగు గజపతి సంతతిసంభవుండయిన గణపతియను క్షితిపతికి సమాత్యసత్తముం డై యి యతని సామ్రాజ్యం బఖండిత ప్రచండ భూమండల సముద్దండంబుగఁ బాలింపుచుండి యొకనాఁ డొక విప్రుని పరగృహంబునను బ్రాహ్మణార్థంబునకు నామంత్రణంబు చేసిన నావిప్రుం డియ్యకొని తాను దారిద్ర్య పీడితుండగుటం జేసి యవలంబించిన కృషి వ్యాపారంబు గలవాఁడు గావున దద్గ్రామస్థకాదియగు నొక యగపాలి కరణము పన్నురూకలా పంగు మని చేయు నిర్బంధంబుచే ప్రత్యూషంబునఁ దదాజ్ఞాబద్ధుండై యతనిరచ్చసావడియొద్దకు బడియుండెను. అట్టియెడ మంత్రిసార్వభౌములగు రామప్రధాని యావిప్రుని స్నానార్థము తెలుపండగువారలం బనుప వారావిప్రు నామంత్రణంబు సేయ నాబ్రాహ్మణుండు నాకరణాలిం జూచి యోయీ! రూకలు రేపు చెల్లించెదను. మంత్రిం ద్రుని నా [illegible]. నేను భుజించినంగాని తక్కినవిప్రులు [illegible] గను చెను. ఆసుబ్బరాయకరణ [illegible] చెల్లింప నయితి [illegible] దండించ యాబ్రా [illegible] సంగీకరింపుము. ఇత్యవాక్యభంగంబు చే [illegible]. కావున నేనసుమతిం గయికొనుము ననిన నక్కరణా [illegible] బ్రాహ్మణార్థంబు [illegible] లేనేరివావప్పు రేపు [illegible] కాలు [illegible] ప్రేపుము నిన్ను [illegible] మజ్జిమ్మం జను మని తర్జనగర్జనంబులం జేయుచు నొక్కమ్లేచ్ఛభటునిం జూచి ఘనం [illegible] చెల్లించి [illegible] యించిన [illegible] ఇట్టిదుర [illegible] మీరే [illegible] మేమారూక లిచ్చెద మనియు నాబ్రాహ్మణుండు [illegible] పడవ వారి జేగి యావృత్తాంతంబు దెలుప వాఁడు బ్రాహ్మణాజ్ఞయటగాని రూక లొసంగక యావిప్రునిం బోనీ ననియుసు, తన కంతయవసరం బున్న నింపు రూక లొసంగి విప్రునిం బిలిపించుకొనవచ్చు నన నా

వార్తవారిచే మంత్రివరున కెఱింగింప నాహా! ఎంతమూర్ఖుఁడు? వీరి నీ యుద్యోగంబునుండి తొలఁగింపఁజేయవలయు. కానిండు. అరూకల మనభాండాగారంబులోని ఖం గొనిపోయి యావిప్రుని గొనిరం డాపిమ్మట జాతి మని యాద్విజు రావించి పితృకార్యంబు నిర్వర్తించుకొని యాగసాలి కరణీకంబులం దొలంగించి బ్రాహ్మణుల కయ్యధికారంబు నిప్పింపఁ దలఁచి తన్నియమయుతంబులగు శాసనపత్రిక లనేకంబులు లిఖించి తదాలోచనాయత్తచిత్తుండయి యుండ నొకనాడు దైవజ్ఞ[illegible]ద్దీపితంబగు రాఁగల సూర్యోపరాగవృత్తాంతంబు నాలించి తత్ప్రశస్తవాస్తవ్యులగు ధరామరుల నెల్ల రావించి యాగ్రహణసమయంబున మనగణపతి దేవరాజేంద్రుండొసంగు గోభూసువర్ణాదిమహాదానంబులం దెవ్వరి కేదియిష్టంబగు సాధనంబు వారలకే నిచ్చెద [illegible] సమయంబున మీర లెవ్వరవ్వసుమతీపతికి దృష్టిగోచరులు కావలదు. ఇట్లు నియమించి వారిచే ననేక ప్రమాణంబులం బడసి తానును వారికిం దగువారికిం [illegible] యుండునంత నయ్యుపరాగంబు చేతేర స్నానార్థంబు మంత్రియును ధరణీశ్వరుండును నదీతీరంబునకుం జని స్నానంబు సేయఁగమకించునెడ నచ్చోట నొకరుండును బ్రాహ్మణుం డుండమింజేసి రాజు మంత్రింజూచి ఇదియేమి? బ్రాహ్మణు[illegible] దానమున నిక్కడఁ గానంబడఁడక్కజంబుగా నున్నదని దేవా! [illegible] కాని మంత్రి యొకండును గానరాఁడు. పుణ్యసమయం బతిక్రమించుచుండె. [illegible] చెప్పెను. స్నానం బొనర్చునిన రాజతనిం జూచి నేనీసమయంబున దానం బిచ్చెదను. మీరు నియోగి నగుటం జేసి బహుమానార్హుండవే కాని దానార్హుండవు కావనిన [illegible] కవిసార్వభౌముండును నాగాలవ నప్పుడ రచియించి చదివిన పద్యంబు.

ఉ. మానవనాయకుండు బ్రహ్మకులంబున[illegible] పకారి గు
ద్దానదురన్నముల్ గొనఁ[illegible] కార్యముల్
దీనులఁ బ్రోచు చాంగపసి [illegible] వేదంబులానఁడిం
పూనినధర్తతోఁ దుత ని ◆ యోగి [illegible]?

అనుపద్యముం జదివి నియోగి దానార్హుండు [illegible] యమశాస్త్రంబు పఠ్యాణించె? చెప్పు మన నారాజు నియత్తదుండై [illegible] నియోగికి దానమీవచ్చుంగాని నాచెంత సంతతంబును లెక్క [illegible] దానార్హుండవు కావనిన రామన్న మఱలఁ జెప్పినపద్యము.

ఉ. వ్రాయుట దోసమా? [illegible] ◆ [illegible] సువేదాగరత్నము
వ్రాయుముకై నియోగి నయి ◆ పార్థివనీవు మొనర్చి నంతనే
వ్రాయును వంశశీలములు? ◆ బాగుగ మున్నలచిత్రగుప్తులున్

వ్రాయరె యెల్లలోకముల • వారలు చేసినపుణ్యపాపముల్.

అను నీపద్యముం జదివిన రాజు నిర్వచనుండై కొంతతడ వుండి వ్రాయువాఁడ వయిన నీపద్యంగాని కవి వసటచే బహుమానార్హుండవు గాని దానార్హుండవుగావనిన మరల రామప్రధాని రచించినపద్యము.

చ. కవి కమలాసనుండు త్రిజ • గత్పతియైన పినాకపాణియున్
కవియె తలంపఁగాఁ గవులు • గారె పరాశరబాదరాయణుల్
కవికృతపుస్తకగ్రహణ • గర్వితు లప్పుడు పూజ నొందఁగా
కవులట? దానపాత్రములు • గారట? యిట్టివెపో విచిత్రముల్!

అని యీపద్యముం జదివి మహారాజా! నీ విచ్చుదానం బిపుడు పరిగ్రహించెద, క్షేత్రంబు నిరీక్షించి బీజనిక్షేపంబును పాత్రంబు పరీక్షించి దానంబును గావించిన ఇహపర సౌఖ్యంబులం గలుగు నని పండితోత్తములు వచింప వినియుంటివే గదా! నీవొసంగు దానంబున కేను పాత్రుండ. నేనును వేదవేదాంగవేత్తను. కావున నవశ్యంబు దానం బిమ్ము. పరిగ్రహించెద నన మంత్రిని జూచి రాజు మంత్రీ! నీ వేమి కోరెదవో యిట్టిసమయంబున దాని నొసంగ కూడిన రాజధర్మంబుగా దిచ్చినఁ బుచ్చుకొని వ స్నేమిచేసెదో యని మదీయచిత్తంబు సంశయాయత్తంబగుచున్నదనిన మంత్రీంద్రుండు మహారాజసార్వభౌమా! స్వామిద్రోహం బొనర్చునట్టి మంత్రి పంచమహాపాతకంబు లొనర్చినం గలుగు నరకంబులం బడు. నేనట్టిద్రోహినిగా ననుట దేవరదివ్యచిత్తంబునకు విశదంబే యయినను నేనయ్యనం బ్రమాణం బొనర్చెద నమ్ము మని త్రిమూర్త్యాత్మక మగు సూర్యనారాయణపరబ్రహ్మంబు సాక్షిగాఁ ద్రిలోకపావనియగు గంగ సమీపంబున నవ్వృతం బాడుచునే? నమ్ముమని రాజునకభయప్రదంబులగు ప్రమాణంబు లాచరించి తనసంతోషంబు సంకల్పంబు చేయించి యారాజును సుస్నాతుం గావించిన పతేఁ డేమికోరెద వనుగు మిచ్చెద ననిన నోమహారాజచంద్రా! నీప్రభుత్వకారణంబు అనుశాసనముద్రాంకంబుల వాసరత్రియంబు నాకొసంగి మదీయచిత్తానుకూలంబుగా నడుపు మనిన వల్లెయని రాజట్టు లొనరించె. పిదప నారామమంత్రి యఖండభూమండలస్వతంత్రాధికారియయి తత్తద్దేశగ్రామవాసులగు గణకోత్తముల రావించి యీరాజువేల శాసనపత్రికల నొసంగె నపుడు వారల కతిశుభసూచకంబు లగు నిజనీతిధర్మంబు లిట్లుపదేశించె.

క. అధికార మబ్బినప్పుడు, బుధులు ప్రమోదించి పేఁడె • పురుషోత్తముఁడం
చధికంబుగఁ గొనియాడెను, విధమున వర్తింపఁదరమె • వేల్పులకైనన్.

మ. విధిసంకల్పముచే నొకానొకఁడు తా • విశ్వంబు పాలించుచో

బధిరం బెక్కువ చూపుతక్కువ సదా ♦ భాషల్ దురుక్తుల్ మనో:
వ్యథతో మత్తతతోడ దుర్వ్యసన దు ♦ ర్వ్యాపారతన్ జెందు న
య్యధికారాంతమునందుఁ జూడవలదా ♦ యాయయ్య సౌభాగ్యముల్.

క. ఉద్యోగ మొదవినప్పుడు, సద్యోమద మొదవి పూర్వ ♦ సరసతలుడుగున్
విద్యావంతున కైనను, విద్యాహీనునకు వేరె ♦ వివరంబేలా?

ఉ. పండితులుం గవీంద్రులును ♦ వంధులు మాగధు లర్థు లాశ్రితుల్
నిండిన వేడ్కతోఁ దగదు ♦ నేర్చిన సత్కృతి సేయకున్న వా
రొండొకవేళఁ గోపమున ♦ నుగ్రమతిన్ శపియించిరేని యు
ద్దండతఁ దిట్టిరేని ఘన ♦ దైన్యము నొందరె యెంతవారలున్.

భగవంతుఁడును బ్రాహ్మణోత్తముల నధీనులుగా వచియించె.

శ్లో॥ దైవాధీనంజగత్సర్వం, మంత్రాధీనంతు దైవతం
తన్మంత్రంబ్రాహ్మణాధీనం, బ్రాహ్మణోమమదేవతా.

అని యుండెను. మఱియును భీమకవిప్రముఖు లాగ్రహించి శపించినపద్యములు.

ఉ. వేములవాడభీము నొక ♦ వెట్టిగఁ జూచి కళింగగంగుఁడీ
జామునఁ గాదు రేపు కదు ♦ సందడి తీఱినవెన్క రమ్మనెన్
మోమటుచూడఁగాఁ దగదు ♦ ముప్పదిరెండుదినాలమీఁదటన్
జాము తదర్ధమం దతని ♦ సంపద శత్రులపాలుగావుతన్

బంగారుకామయ్యం దిట్టినపద్యము.

క. అంగజసంహారుండగు, సంగరభీముండు ప్రళయ ♦ సమరోగ్రాగ్నిలదై
యింగలపుకంటఁ జూచిన, బంగరుకామయ్య మేను ♦ భస్మం బయ్యెన్.

అని యీరీతిగా కవి తిట్టిన నిటు లయ్యెంగాన నిహంబున నపయశంబును పరంబున నరకావాసంబును కలుగును గావున నట్టివారిం బూజింపవలయు నని యెన్నో యాజ్ఞికుల కుపదేశించి కరిణీకంబు లొసఁగి తనకీర్తి ప్రకాశింపఁ జేసెనట.

శ్లో. శ్రీమాన్ గణపతిస్స్వామీ, గణపత్యన్వయోద్భవః
గోపరాజాన్వయామాత్యో, రామాఖ్యోగణకాగ్రణీః
గణకానాంహితార్థాయ, సద్యశ్స్థాపనాయచ
గోత్రశాస్త్రింరేందూనాం, సంఖ్యాయాంశాలివాహనే
రక్తాక్షబ్దేభాద్రపదే, శనివారేర్యమగ్రహే
గ్రామస్థావరవృత్తీనాం, సాక్షిణస్సర్వదేవతాః

అనిస్థాపించిన నారామమంత్రీంద్రునిం గని స్వకీయకవియగు నంది[illegible]

మొంగతాటివెంకటరాజు చెప్పినపద్యములు.

సీ. తనకీర్తియాచంద్ర ◆ తారార్కముగమంత్రి, కులులకుఁ గరణిక ◆ ములనొసంగె
యతిథిసంతర్పణ ◆ మనుదినంబు నొనర్చె, ఖ్యాతిగా హరిహర ◆ ప్రీతిచేసె
వర్ణాశ్రమాచార ◆ నిర్ణయంబులనెల్ల, వేదోక్తరీతిగా ◆ వెలయఁజేసె
ఘనవిప్రవందిమా ◆ గధకవీంద్రుల నెల్ల, నగ్రహారము లిచ్చి ◆ యాదరించె

నతఁడు శ్రీగోపరాజాన్వ ◆ యాబ్ధిచంద్రుఁ, డనఁగ విలసిల్లెఁ దనసాటి ◆ ఘనులు పొగడ
మంత్రిదేవేంద్రుఁ డనఁగ స్వ ◆ తంత్రలీల, మంత్రికులహేళి రామయా ◆ మాత్యమౌళి.

సీ. ఈఁడెపో దుష్టారి ◆ వీరమంత్రికఠోర, భూధరంబులకు దం ◆ భోళిధార
వీఁడెపో కవిరాజ ◆ గాఢదారిద్ర్యాంధ, కారంబు లణఁగించు ◆ కమలహితుఁడు
వీఁడెపో బహునీతి ◆ విద్యావిరాజిచే, సురగురు గెల్చిన ◆ శుభకరుండు
వీఁడెపో చతురబ్ధి ◆ వేష్టితావనిఁ గల్గు, బహుమంత్రికులసార్వ ◆ భౌమమూర్తి
ఈతఁడే సర్వదేవతా ◆ ప్రీతికరుఁడు; ఈతఁడే గోపరాట్కుల ◆ శీతభానుఁ
డని కవీంద్రులు పొగడంగ ◆ నతిశయిల్లె, మంత్రిజంభారి రామయా ◆ మాత్యశౌరి.

ఇటు లాఱువేలనియోగులకు కరణీకంబులు కల్పించె నది మొదలు వైదికంబును నియోగంబు ననుభేదంబు నేఁ గాన్పించుటయ కాని శాఖాభేదం బించుకేనియు లేక యుటువంటి యేకరీతిగా నుండెను. ఈమహానుభావుండు సమస్త సుజనాగ్రగణ్యుండయి కీర్తి యాచంద్రతారార్కంబుగాఁ బ్రవర్తింపఁజేసెను. ఇది నాలుగవమంత్రి యగురామమంత్రిచరిత్రము ముగిసెను.

కరణము మల్లమంత్రి చరిత్రము.

సీ. దుర్గమయ్యక శత్రు ◆ వర్గంబుతోఁ బోరెఁ, బెల్లుగాఁ గరణము ◆ మల్లమంత్రి

ఈయన రామగిరిదుర్గంబున నొకగడిమన్నె కోటకధికారి యగు సాళువ చెంచు భూపాలుని వద్ద రాజసింహునిమంత్రి. ఆరాజసింహుఁడు మోక్షప్రదంబు లగుసప్త పట్టణంబుల యాత్రలు సలుప నేఁగునెడ నీ కరణముమల్లమంత్రికి సర్వస్వతంత్రాధికారం బొసంగి చనియె నపుడు విని యిది సమయం బని శత్రురాజన్యులనేకు లాదుర్గం బాక్రమింపఁ దలంచి ముట్టడిం గావించిన శక్తిత్రయచతురుపాయపంచాంగషాడ్గుణ్య నైపుణ్యాగ్రగణ్యుం డగు నుపవిద్యాగ్రగణ్యుఁడు దోర్మండలాగ్రంబున నఖండంబుగా భండనం బొనర్చుచు వైరికాండంబులయుద్దండవేదండహయకాండపదాతిమండలరథప్రకాండంబులఁ జెండుచెండుగా ఖండించి విజయలక్ష్మీసమేతుండై యధికసత్కీర్తిశాంతుఁ డయి ప్రబలుచుండునెడ యాత్రాసమాప్తి గావించుకొని యాగోత్రాకాంతుం

జే తెంచి తద్వృత్తాంతంబంతయు విని యత్యంతసంతోషాద్భుతకరుణాక్రాంతస్వాంతుండై యా మంత్రివరుని నాలింగనాదిబహుబహుమానాకారంబులచే సంతుష్టుం గావించియు నేకాగ్రహారాదు లొసంగె నయ్యెడ నతని యాస్థానకవియగు మాగధవంశజుండేను గుదాటి సుబ్బరాజు స్తుతియించిన పద్యము.

క. గంటము ఖడ్గములోడుత, వంటిన బగదీస్వవిభయు నవసరమైనన్
గంటము శంతముకో అకా? కంటకరిపునృప యభిల్లా! కరణముమల్లా!

క. వంచింపజనదు మంత్రికి, వంచించిన గీర్తిగలదె వసుమతిలోనన్
బెంచవిసిన కోయనునా, కం చవిసిన మాయగాక కరణముమల్లా!

క. కరణము గ్రామాభరణము, కరణము తమకంకవారి కాభరణంబౌ
కరణము నృపునుపకరణము, కరణముకులవార్థిచంద్రా! కరణముమల్లా!

అనియనేకవిధముల నుతియించె నా మల్లమంత్రియు నఖండకీర్తిమంతుండైనసాంగభోగంబు లనుభవించుచుండె ఇది యయిదవమంత్రి యగు కరణముమల్లమంత్రి చరిత్రము ముగిసెను.

బండారు కేతన్న మంత్రిచరిత్రము

సీ. ఆత్రేయతపముచే నర్థినాలుకమద్దు, కేడించె బండారు కేతమంత్రి

బండారుకేతన్న యను నొకమంత్రి కృష్ణరాయల సభలో వ్యాపారకుండుగా నుండి యొకభట్టును పెంచి విద్యాధికునిం జేసి పోషించుచుండెను. ఆపండితుండగు రామరాజు బండారు కేతనమంత్రిని తప్ప నితరరాజులను మంత్రులను గూడ కయివారంబుచేసి నుతింప నని ప్రతిన గావించి సంచరించుచుండెను. అట్లుండ ననేక పర్యాయంబులు కృష్ణరాయలును తన్మంత్రియగు నప్పయయును [illegible] కయివారం బొనర్చుకొనుటచే నారాజవరుం డాసంగతి గ్రహించి మంత్రింగాంచి ఇది యేమి అప్పాజీ భట్టులు కయివారం బొనర్పకున్నాడు వింతగా నున్నది. [illegible] గంటివే? అని యాభట్టువని యాస్థానంబున [illegible] అడిగి [illegible] వృత్తాంతం బంతయుం దెలిసికొని యా బండారు కేతన్న నచటికిం బిలిపించి సీభట్టును నమ్ముగని కయివారం బొనర్పం డయ్యె నట్టి మరభిమానం బితనియందె కంటిని. ఇతనియం దనుకంపగాన మని యడిగిన నా కేతనమంత్రి యతనిస్వభావం బట్టిది. [illegible] అని యనుగ్రహించిన రాజా భట్టును జూచి కయివారం బొనర్చెదవా? లేదా? అని యడుగగా భట్టు బండారు కేతన మంత్రిని నుతించిననోట నితరు లెట్టివారైనను నే నుతింప నని ఖండితముగా నాడిన నాగ్రహించి నీవు నన్ను బొగడకుండిన నీనోటలో నుడుకుచున్న సప్పు [illegible] బోయించెద నని మద్దు బోయించినను నేన తన పద్యమే పఠి

వేదను గాని యితరుల నుతింపనని పలికిన రాజప్పుడే సీసము కాపించి యాతని నోటఁ బోయించు నెడ నాబట్టుతన యిష్టదైవమగు శ్రీరామచంద్రుని హృదయారవిందంబున నిడి బండారు కేతన నుతించి నాలుకచే మడ్డుపట్టిన పద్యము.

ఉ. ఆలములోన నోడనికి ♦ నన్యవధూటులదిక్కు వోనికిన్
మేలిమికైనఁ జొక్కనికి ♦ మెచ్చివచోవృథగామికిన్ మహీ
పాలితకీర్తిలోలుఁడగు ♦ బండరు కేతన నీతిసాటికిన్
నాలుక మడ్డు పట్టెద మ ♦ నంబున రాముని నిల్పి వేడుకన్.

అని కాఁగిన సీసపుమడ్డు నోటఁ బట్టు నవికేతలుఁపై యమృతోపమానం బయ్యె అది చూచి రాజు వెఱఁగుపడి అమాత్యా! నీకిట్టి యుపాయంబు కావించి నీమహాత్మ్యంబె ఱుంగక మూఢత్వంబున నిటుల సల్పితిని. నాయపరాధంబు సహించి యనుగ్రహంబుచే నాశీర్వదింపు మనియు నిటు యనుసరించుటకు గాని చర్మమాంస నిర్మితకంఠంబుగాదు. ఇట్టి మహిమ నెవ్వటం గనుటయు, వినుటయు గూడ లేదనియు, భట్టును బహు విధంబులఁ గొనియాడి బండరు కేతనమంత్రిం జూచి నీకవియును నీవును నన్నుంగరుణింపుఁడని నామంత్రి యాజ్ఞాపించిన చాలంగయుకొని యాసుకవి దీవించి యథా సుఖంబుగ నుండెను. కేతనమంత్రి యిందుర్గండు నారాజచంద్రునిచే మునుపటికంటె నధికంబుగాఁ గారవింపఁబడుచు విశేష ఖ్యాతిం గాంచెను. ఇది మా అవమంత్రి యగు బండారు కేతనమంత్రి చరిత్రము ముగిసెను.

పేదనమంత్రియు మంత్రిభాస్కరుని మామయు నగు

వేదము యాజి చరిత్రము.

సీ. కవి పాముచేఁ జావఁ ♦ గను నాయువాతని, కైయిచ్చె వేదము ♦ యాజిఘనుఁడు॥

ఈవేదమయాజి యమాత్యప్రధానశేఖరుండు పెల్లముకొండ యనుదుర్గమున కేగి నందికులుం డగు మొగలాటి రామభద్రరాజను కవి యావేదము యాజిపయి నొక కృతి రచియించుకొనియు పెల్లముకొండ యనుదుర్గములోని కరుగునంతకు సాయంకాలమగుటచే నీరాత్రి యిక్కడ వసియించి రేపటియుదయంబున నాఘనుదర్శనంబు గావింతు ననుకొని గ్రామాంతరంబున నున్న శ్రీమదాంజనేయస్వామి వారి యాలయంబున నిద్రించిన నాఁటి నిశీధసమయంబున నొకక్రూరసర్పం బతనిం గఱచి పంచత్వంబు నొందించెను. తత్ప్రాతఃకాలంబునం దా దేవతాపరిచారకుం డావార్త వేదముయాజి కెఱింగిం

చిన నామంత్రి పరమేశ్వరుండు విషాదాకులస్వాంతుండై యచ్చోటికేఁగి యాతనిం జూచి యతని పరిచారకులతో మీ రెవ్వరిచటి కరుదెంచుట కేమికారణంబని యడిగిన వార లయ్యా! మేము కీర్తింగొనియాడెడి భట్టుకవులము మమ్ముం బోషించుమన్న యీకవి మీపయి నొక్క పద్యంబు రచియించి మీదర్శన మొనర్చి మీయనుగ్రహంబున సంప్రాప్తం బగు ద్రవ్యముం గొని మమ్మును తన కుటుంబమును పోషింపం దలంచి యిచ్చటి కరుదెంచి పాముచేఁ గఱవంబడి కాలధర్మంబు నొందె నని వార లత్యంత చింతతో విచారించుచు విన్నవించిన వారల నూఱడించి తనయిష్టదైవం బగు వాయునందనుం జూచి ప్రార్థించి తద్వరప్రసాది యగుటచే నా కవి నుపలక్షించి స్వామీ! లోకంబున నపకీర్తికంటె మరణం బతిశుభం బని యార్యు లెన్నుదురు. వన్నాశ్రయించి సంపదలం దేఁగోరి యీకవి యిచ్చటి కేతెంచి పంచత్వంబుఁ గాంచె నట్టియపకీర్తి నొందుటకంటె నితనితోఁ గూడ నేనును బరలోకంబున కేగెనం బరమశుభం బగు నని తద్దేవతావరణసమీపంబున నందా నొకగండకత్తెరం దగిలించుకొన నూహించిన తత్పవన తనయుండతని ధైర్య సాహసానుగ్రహ పరోపకారాదిగుణంబుల కత్యాశ్చర్య మంది తన కతండతి ప్రియభక్తుండు గావునఁ బ్రసన్నుండయి యోహో! అపరాన్నా! యిట్టి దారుణకృత్యంబు సలుపుట కేమి పని? కాలంబు సమకూడె. ఇట్టి పని కీవిక నెవకార్యం బొనరించుట యుచితంబు కాదు. నీ కేమిది వత్సరము లాయువు కల దిప్పు డేల నీ వని యవలంబించెద వనిన నా స్వామిని స్తుతియించి దేవా! నీవు నాయం దనుగ్రహించి నా యాయువులోన సగమీతని కిచ్చి రక్షింపు మని సవినయంబుగా వేఁడిన నతని కారుణ్యంబునకు మెచ్చి యాకవిని సంజీవితుం జేసి యయ్యాంజనేయమూర్తి యంతర్హితుండయ్యె. నా కవి నిద్రించి లేచినటుల దిగ్గున లేచి చాలప్రొద్దెక్కె నని యావలావలం జూచు నెడ నతని పరిచారకులా సేవమయాజి చేసిన వృత్తాంతంబు విన్నవించిన భట్టు విని యద్భుతచిత్తుండయి కయివారం బొనర్చి స్తుతియించిన పద్యము.

ఉ. మీఁదవిలుంగు ... ◆ మేఁకతోలంకయుఁ గప్పఁ, గ్రిందటెక్కె
రోఁ...మనున్న శేషఫణి ◆ రోమములఁ గప్ప, సుధాపయోధిలో
నీఁదెడుకృష్ణుఁ గప్ప, పర ◆ మేశ్వరుకంఠముఁ గప్ప, కప్పె మా
సేవమయాజికీర్తి యిల ◆ సిల్లెను దిక్కులఁ బిక్కటిల్లుచున్.

అని నుతించిన నతని కనేక సత్కృతు లొనర్చి దగఁ దవిశ్రాంత కీర్తికాంతుండయి సుఖంబున నుండెను. ఇది యేడవమంత్రి యగు సేవమయాజి చరిత్రము ముగిసెను.

ఎనిమిదవమంత్రి యగునాదెళ్ల యయ్యానమంత్రిచరిత్రము.

సీ. పేటాబుజునియల ✦ వినుతులఁ జెందాడె, నాజీలో నాదెళ్ల ✦ యయ్యలయ్య!!

ఈమంత్రికంఠీరవుం డలవేమారెడ్డియొద్ద దండనాయకుఁడు. ఇతనియేలిక యగు నారెడ్డికడకు కృష్ణదేవరాయ లొకజాబువ్రాసెను. అది యేమనిన, రెడ్డిని వంచింపఁదలంచి చదువుకొనినయెద్దు, సంసారివాగ్వ్యభిచారి, లాజెపతివ్రత, మాఁసిదున్న అను నీనాలుగువస్తువులు మీసంస్థానములోఁగల వని వింటిమి గాన చూడఁగలయు నని యభిలషించెదము. ఆవస్తువు లతివేగంబునఁ బంపవలయునని వ్రాయించిన జాబుంగని తనమంత్రి యగు మామిడి సింగన్న నుం బిలిపించి ఇట్టిజాబు వ్రాయించుటకుఁ గారణం బేమి? మనతావున నీవస్తువులెటు లున్నవి? అని యాలోచించుచుండ నీ యయ్యన్నమంత్రివరుఁడు మహీవరుం గని దేవర యాజ్ఞ యొసంగిన నీనాలుగు వస్తువుల నారాయలసంస్థానంబునందే కొన్పించి వచ్చెదననిన వల్లె యని యాతం డాజ్ఞయొసంగినం జని తిమ్మరుసుం గనిన నతఁడితనిం గని నీ వెవ్వఁడ విచ్చటి కేల వచ్చితి వన నేను నియోగిని. మాయింటిపేరు నాదెళ్లవారు. నాపేరయ్యపరాజు. మీర ఖిలవిద్యావిశారదులు. మీయొద్దఁ గొన్ని విద్య లభ్యసింప నిట వచ్చితి ననిన నీ విదివఱకేమివిద్య లభ్యసించితి వని యడిగిన నయ్యా! యేఁబదియాఱు దేశములనుంచి వచ్చిన యుత్తరములం జదివి వానికి జబాబులా యాభాషలతో వ్రాయఁగల ననిన నప్పరీక్షం గావించి సంతసించి యతని చేతికి తనదస్త్ర మిచ్చి యింటిపెత్తన మతని యాధీనం జొనర్చి యతని రాయలసభకుఁ దోడ్కొని చనియె. తద్వృత్తాంతం బంతయు రాజున కెఱింగించిన నతఁడత్యంత కౌతూహలంబున నీదస్త్రముకు దెచ్చునట్టి యధికారం బితనికి నిమ్మని సెలవొసంగె. అట్లతఁ డొనరించు నొకానొకనాఁడు ఢిల్లీపాదుషా పంపిన పారశీక రాజ ముద్రాక్షరచిహ్నంబులుగల జాబు రాయలవా రీక్షించి యప్పా! చదువు మనిన నాతఁడయ్యయ్యన్న చేతికిచ్చి చదివించి పాఠంబుఁ దాఁ గయికొని తాను పొత్తంబెడితి వానిక్రింద నుంచుకొని ఇతరగోష్ఠిచే నిజ ఇంటికి బసకుఁ జనియె. అది రాజవరుం డుపలక్షించి సభవారు లేచి వెడలిన పిమ్మట ముఖ్యుల నచటికిం జని యాజాబుఁ గయికొని యీయప్పయను న కింతగర్వ మే నిచ్చిన యధికారంబునఁ గదా యని తల పంకించి వీని శిరచ్ఛేదముఁ గావించి సహలోకమంత్రి నుంచితుని తాను తేజగృహంబున కేగి శయనించె. ఈ యప్పాజీ గృహంబునకుం జనిత న యంగీజేబులోఁ గనుపత్రికల వీక్షించి యాజాబు లేకుండుటచే నత్యంత చింతాకులస్వాంతుండై తనగృహంబునఁ గల పశుపక్ష్యాదివస్తువులు జాబితా వ్రాసి సుతుండు బాలుఁడగుటంజేసి తనభార్యను రావించి యీయయ్యన్నం జూపి యితఁడతిమతిమం

తుండు; మనపుత్రునివలె నితఁడు మిమ్ము బోషించు; ఇతనియాజ్ఞలోనుండి గృహకృత్య
ములు సలుపుఁడని సెలవొసంగి యయ్యన్నకు ఈచిన్నవాఁడు నీకుసోదరుం డీయిల్లాలు
నీతల్లి; కావునఁ గాపాడు మే నేగెద ననిన నయ్యన్న స్వామీ! మీకిట్టి మనశ్చాంచ
ల్యము కలుగుట కెద్ది కారణంబనిన నాయప్పరుసును వానింగనుంగొని డిల్లీజాబు తివాసి
క్రిందనుంచి మఱచితి నది రాజునకు దొరకు, దానమోసంబు సంభవించు ననిన నవ్వి
యప్రభుఁ డింతటిపనికేనా మీవంటి ధైర్యహీనాత్ములు చింతించుట, నేనాజాబు
సృష్టించి మీకు మిక్కిలి మేలొనర్చెద నని యాయుత్తర మాయుత్తరక్షణమందే యిం
చుకయు భేదంబులేకుండ వ్రాసి యతనికిం జూపిన విశ్వసించి మిగుల సంతసించి య
తం డుదయసమయంబున లేచి కాలోచితకృత్యంబులు నిర్వర్తించుకొని రాజదర్శనా
ర్థంబు చనసముద్యుక్తుఁ డగునంతకుమున్న రాజు సభలోనికి వచ్చి యాగ్రహంబున తిమ్మర
సునుఁ బిలిపించి యాజాబేది? యని యడిగిన నయ్యన్న చదువుమనియె. ఇదియనుచు త
న చేతియుత్తర మొకవకీలుచేతి కిచ్చి రాజాజాబు పరీక్షింపుమని నియమించె. అందు
తప్పు గలిగిన నూరకుండుము లేకున్న సరిసరి యని చెప్పుమని యాజ్ఞాపించి యతని
నొకచోట నునిచి యాయప్పరుసుకడ నున్న యయ్యన్న నీక్షించి యేది నీజాబు చదువు
ము వినియెద మని యాగ్రహంబునఁ బలికిన అయ్యన్న జాబు దీసి చదివిన రాయల వకీ
లాద్యంతంబుగా విని సరిసరి యని పక్కాణించి యోమహారాజ! మాతృక ప్రతికవలె
ప్రతిక మాతృకవలె నున్న దని విన్నవించిన రాజు తిమ్మరుసుం గాంచి యీయుత్తరం
బెవ్వరు సృజించిరి? నిజంబు చెప్పవేని శిరంబు ఖండించెద ననిన నీయయ్యపరాజు సృ
జించె నని యథార్థంబుగా నుడివిన దస్కత్తు మొహరు లేవీ చూపు మనిన ఢిల్లీశ్వరు
మొహరు దస్కత్తులు సృజించిన తెఱంగు రిని వెలచి లిఖింప నయితే. దేవర సెల
వొసంగినట్లొనర్చెద ననిన చూతి మెద్ది యని యభయం బొసంగిన నటుల గావించె
అందులకు మిగుల విస్మయం బంది అప్పాజీని ప్రాణమానంబు లీతఁడు కాపాడె. ఇతఁ
డు నాకేమి గావలె నన చెల్లెలివరుస యగు నని చెల్ప నట్లైన నీకూఁతు నితనికొసం
గి పరిణయంబు సేయుమని రాజానతిచ్చిన తిమ్మర సట్లుగావించె. ఆపట్టణంబున తి
మ్మరుసుగారి గృహసమీపంబున నొకవేశ్యపుత్రిక సౌందర్యాతిశయంబుచే నింపియుండ
దాని నీయయ్యపరాజు చూచి కోకశాస్త్రసాముద్రికాది సమ్మతంబుగా పతివ్రతా లక్ష
ణంబు లుపలక్షించి దాని తనభోగినిగా నుంచ నిర్ణయించి యుండె. అట్టియెడ నావే
శ్యరజస్వల యయ్యెను, తనమాత తత్కులాచారపద్ధతిగా నెవ్వరేని యొక్క ఘనశాలిచేఁ
గన్యాత్వికంబు గావింపఁ దలంచిన నాకన్య తల్లిం గని అమ్మా! నేనయ్యపరాజు
వరించితి, ఆతనికంటె నితరు నొల్ల నాతనిఁ బ్రార్థించి దోడితెమ్మన నవ్వేశ్యమాత యు

ట్లు గావించెనట! కతిపయసంవత్సరంబు లరిగిన కాలంబున తిమ్మరుసుమంత్రునకు యుక్త
వయస్సు ప్రాప్తించిన నిషేకంబు సేయం దలంచి యారాత్రి కేళిగృహంబున దంపతు
ల శయనింపఁ జేయ నయ్యప్పరాజు తనభార్య కొప్పుచేతంబట్టి యొక దెబ్బ గొట్టిన న
ప్పూమారి యతిసుకుమారి గావున నబ్బాధ కోర్వఁజాలక విలపించిన నేతెంచి తిమ్మరుసు
తనపుత్రీయుమని పిలుపఁ దీయకున్న నారాత్రి రాయలసన్నిధి కేగి యాగ్రంథం బెఱిం
గించిన నతఁడాయయ్యపరాజు శిరచ్ఛేదంబు గావింపుఁ డని యాజ్ఞాపింపఁ గింకరు ల
ట్లానర్వంబూని యుదయకాలంబున నతని నూరేగింపఁజేయుచు రాజవీథిఁ జనుచుండ
నవ్వార్త యాలించి వేశ్యాకన్యకయొకతె సువర్ణ భూషణంబులతో పసపుఁ గుంకుమ
యు సువాసినుల గొనంగుచు సహగమనంబొనర్ప పరేతనిలయంబున నొకగుండంబు గం
ఘటింపఁజేసి యందు తదుపకరణంబులుంచి యయ్యపరాజుతోఁగూడ వెనువెంటం
జనుచు నద్దగ్ధస్థానంబుదరికిఁ జేరె. అచట నా తలవరులతని వేగ శకటావరోహణంబు గా
వించి నిలువంబెట్టిన నయ్యయ్యపరాజు వేశ్యం గని నీ విచ్చటి కేల వచ్చితి వన నది
దేవా! దేవరతోడ సహగమనం బొనర్ప వచ్చితి ననిన నీకేమి వేశ్యపుత్రిక కనేకులుం
దురు, నీ వాయభిప్రాయం బుడుగు మనిన స్వామీ! నామన సెఱింగి యిట్లాడుట మీకుచి
తమే నా? ఇఁక నన్నిట కరుణవచనంబుల వలయింపకుఁడని మొక్కిన నతిముదమొం
ది యాఘటులు గని యోతలవరులారా! మీ రాజుతో నొకమాట చెప్పవలయు నేమని
న నేననవేమారెడ్డిమంత్రి నగునాడెల్లయయ్యన్న యనువాఁడ మీరాజు మారెడ్డికడను
వాల్గువస్తువులంపుమని వ్రాసె నవి యచ్చట లేవిచటనే కనంబడియె నేఁగెద నని
మీరాజుతో విన్నవింపుఁడు మీరా తలగొట్టువారు? ఛీ తాళాంశజుండన నగుట యెఱుం
గరే యని యట్టహాసంబు సేసిన వారదరి బెదరి రాజనికటంబున కేగి గడగడ వడంకు
చు నవ్వార్తఁ దెలిపిన నాతని నిటకుం దోడితెం డని తగువారి నంప వారట్లొనర్ప న
య్యయ్యన్నను గాంచి నాల్గువస్తువు లిట గావించెద నంటివి వట లంజ పతివ్రతయగునా
యనిన నయ్యన్న తన్ను వరించిన వేశ్యను జూపి దానివ్యాపారంబుఁ దెలిపి రాజు పవి
త్రుం గావించె నట! రాజు సంసారి వాగ్వ్యభిచారిం జూపుమన తిమ్మరుసు కుమారు
న దర్శించి నాప్రాణమోహంబు గావించునట్టి సంసారికంటె వాగ్వ్యభిచారి యుండుం
డు నన రాజు చదువుకొన్న యొద్దిచ్చట నుండు నన్న తిమ్మరుసుం జూచి డిల్లీబాబుం
జూచి చిత్రింపఁబడంబులక్రింద నిడి మాయించె నతనికంటె చదువుకొన్న యొద్దందుగలదని న
రాజు మానసీయమున్నం జూపు మనిన నాభార్యాగణికలంబులఁ బరిశీలింప చేత నొక దెబ్బ
గొట్టె నది మొండెడ దానితండ్రి నీకుఁ జెప్ప విమర్శింపక నాతలగొట్టు మని యాజ్ఞాపిం
చిన నీకంటె మనుష్యుఁడు వేఱుఁ గలఁడనిన విని రాజు సిగ్గుపడియె. ఆయ్యా

య్యన్న రాజుం గాంచి వనంద్రుంప నీ వెంత వాఁడవు? నీయభీప్సితంబులకు నాల్గవస్తువు
లు నీకుఁగ నగపడలేదుగదా! మదీయపతిభువునివాసం బకళాఁడవీటికిం జనియెన ని
జయాలు వెడలి తనమామయింటికిం బోయి యత్తివలన ననుజ్ఞాతుండై తంభార్యం దోడ్కొ
ని యా వేశ్యతోఁ గూడ రాజవీథిం జనునెడ నొక వజీరు ఇరుపాన్గ్రేసరుండు కృష్ణరా
యలవారి సేనానాయకుఁ డనేకయుద్ధములు గెలుపు గాంచిన శూరాగ్రగణ్యుఁ డగు
టచేత నతని రాజత్యంత గౌరవంబున మన్నించు ఆమ్లేచ్ఛుం డనుదినంబు నొకవేశ్య
తోఁ బుష్పశయ్యాగతుండై శయనించి యాదయంబున నాశయ్యాంతస్థిత కుసుమంబుల
మాలికం గూర్చి రాజవీథి కడ్డంబుగా తోరణంబు గట్టించి దానిక్రిందుగా సమస్తజనం
బు లేగునటుల రాజుచే సాక్షి పడసె. అది యయ్యపరాజ ఇటుండుం గాన నవ్వాటి
కేతెంచి యున్నట్టివారల నాకంచె తీసికేయుఁడు లేకున్న నే తెగఁద్రుంచి యేగెద నని
న వారి లేగి తన్వస్త్రాంతంబు పాశశింఘవ కెరించిప నతఁ డాగహన్యాక వ్యాదనాం
డై యచటి కేగి బాపడి కింత శౌర్యము గలదా? ఇద్దండక్రిందుగా మారిపొమ్ము లేక
ని వాతోఁ బోరి గెలుపుగొని దండ తెగవేసి పొమ్మనెన నీరాజు కెఱింగింది నేసని
యొనర్చెద గాన నాతనికి జెప్పి యిటకు రప్పింపుము తనర యోధులు దురంబు సేయఁ
మనిన నటుల విన్నవింప నారాజు వీఁడు మాత్సర్యంబు గలవాఁడు గాన నప్పుద్రక
ణ్ణుఁడై గణపుని ఖండించు నని నిశ్చయించి పెనుతును గావింపు.డా హెంపోసంగి యచ్చ
టి కరుదెంచి చూచుచుండ నయ్యగ్రతులెందు ఉరగాధిరూఢులై పరిసరిదిశంబుల పరస్ప
జంగగాశాల్క్షుం దురంబొనరించు నెడ నయ్యవనుం జూచి యీయా కీర్తివంబు గన
పడమను ఎంతనడవు పోరెద వేగ నతఁ డట్లొనర్చి వందుల కాలిసు దెట్టముగా
డగు మంత్రిపుంగవుం డతని నిస్సారునిగా నాత్మ నూహించి వికవిక నగి కీవు నను జ
యింప నేరవు నిను నే గెల్చితి నిఁక నీపండ తుండెంబులుగా ఖండించి చనియెదనని వ
రాజు లత్యంతకోపాటోపంబున నీ వాని నెల్లు గెలిచితి విరని ఖండించి దండద్రుంచు
మనిన మంత్రి, రాజదేవేంద్రా! నీ వా స్థానంబున నతం డత్యంతశూరుఁడు. ఇట్టిరా
ధు క్రుంచిన నీస్థానంబున కత్యంతలోపంబు గలుగు చున్నదని యన రాజు
హలుస్త్రని యవుడు అది యేది వీని జయింపు చూచి మను నెడ గాజీ వస్కులకు జూట్టున
బొట్టున లేవు. ఇతనికి బొట్టు నుంచెదఁ జూడుమని తన వాలంబున నుదుట తిలకంబు
దిద్దిన దొట దొట రక్తంబు దొరిగినఁ గని రాజుంటిన్నుఁడయ్యె నయ్యయవనుం డిఁక
నీవెట్టని గెల్చితి విఁక చని యెదనన రాజాగ్రహించి వీని దునియలుగా ఖండించి చను
మన వెన్ని తునియలుగాఁ గొట్టెలయు నన రాజు ఖండములుగఁ గొట్టి చాను
! రెం టఁ తకాతు రెండుతునియలుగా గజ్జము కొమ్మువ ముండటపనంబులను సాలు

తునియఁబుగా జేటారుతునియలవు మాట పాటిగా ఖండించి యాదండ చండాడి రాజుచే బహుబహూకృతు లంది విజయలక్ష్మీసహితుండై నిజనివాసం బగు కుండిన పురంబునకుఁ జని యావృత్తాంతంబు. సాంతంబుగా తనయేలికయగు వనవేమారెడ్డి కెఱింగించిన రాజు సత్కరించి యానందించె. అప్పు డాతని యాస్థానకవియగు భట్టు కప్పానూరపరాజు నుతించిన పద్యము.

క॥ నాదెళ్ళ నున్న రిపులకు, నేదండను నైనతిరుగ • రెల్ల ధరిత్రిన్
ఏదండ నయిన విజయము, నాదెళ్ళయ్యన్న దండ • నాథాగ్రణికిన్॥

అని నుతింప విశేషబహుమానంబు లొసంగి సమస్తపరివారంబులతో నిరస్తారివారుండై సుఖంబున నుండె. ఇది యెనిమిదవమంత్రి యగు నాదెళ్ళ యయ్యపరాజు చరిత్రము ముగిసెను.

తొమ్మిదవమంత్రి యగు రణతిక్కన్న చరిత్రము.

సీ॥ పోరిలో సహసశూరుఁడై తెగి వెన్క బ్రితికి సిద్ధయతిక్కఁ డతులితముగ।

ఈమంత్రి వార్తాయుండు సిద్ధయతిక్కఁ డనియు, పోలసతిక్కఁ డనియు, మయిలమతిక్కఁ డనియు, ఖడ్గతిక్కఁ డనియు, రణతిక్కఁ డనియు నైదునామంబులు గలవాఁడయి యఖండభూమండలాధ్యక్షుం డగు రాజనరేంద్రుని ప్రభుత్వ కాలంబున గణప్రసిద్ధ కొమ్మనామాత్యుని ముగ్వురి పుత్రులయందుఁ జిన్నవాఁడయి, యొన్నికగాంచె. ఇతనియగ్రజుఁడు కవితిక్కఁడు భారతము నుత్తర రామాయణము తెనిఁగించిన తిక్కనసోమయాజి. మరియొకఁడు నెల్లూరిపురం బేలు సిద్ధమనుమనృపాలునికడ మంత్రియగు మంత్రితిక్కఁడు వీరియిరువురికి నడుమ తమ్ముఁడయి నెల్లూరిసంస్థానంబున దండనాయకుండయి యుండ, నొకనాడు నెల్లూరిమీఁదికి గొల్లరాజులగు సిద్ధిరాజు పెద్దిరాజు మొదలగు వారు సహాయులై యుండ, విజయాద్రిపురేశు సేఁడు మహాచతురంగ బల సమేతంబుగా సిద్ధమనుమనృపాలుని జయింప యుద్ధసన్నద్ధుఁడై యేతెంచినఁ దదీయసేనానాయకుండగు నీరణతిక్కమంత్రి యుద్ధార్థియై యెదుర్కొని కొంతసేనను బరిమార్చి యలసి యింటికి వచ్చి పవళించి యున్నం జూచి కోపంబున తండ్రియగు కొమ్మనామాత్యుఁడు చెప్పిన పద్యము.

సీ॥ విజయాద్రిపురిదాడి • వెనువెంటఁ దగిలిన, ప్రాణముల్ దాచిన • పండిగజము

పెనుజల్లిపల్లెలో ♦ బిరుదులన్నియు వైచి, పరుగెత్తివచ్చిన ♦ పాఱుఁబోత

దురములోఁ జావక ♦ దొరలెల్ల హసియింప, మంచానఁ గొఱిగిన ♦ కొంచెకాఁడ

చతురంగబలముతో ♦ సమరంబుసేయక, మానంబు విడిచిన ♦ మందబుద్ధి

గీ॥ యనుచు నార్వేలవారు ని ♦ న్న పహసింప

ధరణి నెల్లూరిలో నెట్లు ♦ తిరుగఁగలవు ?

వైరులను గెల్చి సత్కీర్తి ♦ వడయ వయ్య

మంత్రికులహేళి ! తిక్కనామాత్యమౌళి !॥

అని తండ్రి నిందించిన నేచి స్నాన మొనరించి రణంబున కేగువాఁడయి జలం బులం దొరపు మనిన తిక్కనగారు మయిలమ్మ యొక్క విజనస్థలంబునం గూదక మాంచి యచ్చట పసుపుముద్దయు గుండుమ బరిణయు నుంచి యొక మంచం బడ్డిడి కుమారుండగు గణతిక్కనిం బిలిచి స్నానమాడు మనవఁ దిక్కనయాఁడది చూచి స్త్రీలు స్నానమాడు విధముగాఁ బసుపుంగుంకుమయు నుంచి మగవారికిన జలంబు లిడితివి కారణం బేమి యని యడిగిన చెంత నున్న భార్య, రణంబునం బాఱివచ్చిన నీవాఁడు దానవు గాన నిటులొ నర్చితి నింతవనుక నేనును నీతల్లియు పురుషుఁ డనువార మనుకొంటిమి. ఇప్పుడు మువ్వుర మైతి మని చెప్పిన పద్యము.

క॥ పగఱకు వెన్నిచ్చినచో, నగరే మనయాలువేల ♦ నాయకులందుం ?

ముగు రాఁడువార మయితిమి, పగ పేటికి జలకమాడ ♦ వచ్చినవేళన్ ?॥

అని భార్య చెప్పిన విని లజ్జితుండయి యతిత్వరితగతిం జని పెన్నలో స్నా తుండయి వచ్చి భోజనంబు సేయునెడ తల్లి విరిగినపాలు వడ్డించిన నమ్మా ! పాలు విఱి గిన వేమన నీవు రణంబునకుం జనిన పసులును బొలంబునకుఁ జనియె నీవు విఱిగివచ్చిన నవియును విఱిగివచ్చె, పాలును విఱిగె నని తల్లి చెప్పిన పద్యము.

క॥ ఆసన్నముగ శత్రువీరులఁ, బస మీఱఁగ గెలువలేక ♦ పందకియు న్నీ

వసి వైచి విఱిగి వచ్చిన, బసులు న్విఱిసినవి తిక్క ! ♦ పాలు న్విఱిగెన్॥

అనిన విని యుద్ధసన్నద్ధుండగుచు యశ్వారోహణం బొనర్చి యొక్క ఘట్టికవితోఁ గూడ నరిగి యరివరులఁ జెండాడి చతురంగంబుల యంగంబుల భంగించి పద్మవ్యూహం బభిమన్యుండు భేదించునట్లు సందులం గొందులం గలవారలం బోనీక రక్షించుచు పీనుం గుపెంటలం జేసి రణరంగంబునకు వన్నె పెట్టినవిధంబున వివిధారిశిరోహస్తాద్యవయ వంబులచే నిండించి రక్తార్ణవంబు గావించి విజయాధిపుండను విరోధి వరూధినీనాధుని సేనలో నుండు పడవాండ్రును మన్నీలును వజీర్లు మొదలగువారి వెనువెంటఁ దగిలి తిక్కఁ

ర్పైన నపరి బెదరి బెదరి యెదుర్కొనఁజాలక పాఱు నెడ తన వెనువెంట వచ్చిన ము క్కంటి పద్మరాజను భట్టుకవి చెప్పిన పద్యము

చ. పడలను సేసి రావుతుల • పైకురికించుచు తిక్కఁడార్చినం
బెదరి భ్రమించి ఫ్రేంచిపడె • పెన్నగ చూడ్కులు వంచలింపగా
నదె యదె వాజి వాల్ మెఱుఁగు • లల్లవె యాతఁడె తిక్కఁడంచుఁ బె
ల్లదరి చరించి రారిపు • లందఱు శౌర్యము దిక్కు పోవఁగన్॥

అట్టియెడ నావిజయరామపురుం డనురాజు సేనల నాఁపి పురికిఁ దోల్కొని మరల యుద్ధ మొనరింప జని మట్టుమట్టిన నామహాశ్రీ శేఖరుం డగణ్యపరితాపవైపుణ్యంబున సాహసంబు నెఱపుచు వైరులం దునుముటఁ జూచి యావిజయరామాధిపుండు సహింపఁజాలక తత్క్షణ ప్రహారకప్రయోగంబు గావింప ఖడ్గ తిక్కఁడు దొరిగి ధరంబడినఁ దదీయాశ్వంబతిరయవృత్తిచేఁగా వెడలిఁగి తత్పురంబు గొంపోయికొని వోటం గఱచి బోరి తెగి తిక్క నామాత్యారంబున శిరంబు డించి కంఠప్రాణంబు కరాళించిన విని తజ్జనకుం డగు కొమ్మరసామాత్యుఁ డేతెంచి శిరం బీక్షించి యతిదుఃఖితుం డయి మఱల ధైర్యం బవలంబించి యున్నతిఁ జెప్పిన పద్యము.

ఉ॥ తక్కక తల్లిదండ్రులము • ధన్యతఁ గన్న ఋణంబు దీర్చె మా
తిక్కనమంత్రి సోమశిల • దేవుఁడు సాక్షిగ పెన్న సాక్షిగా
నుక్కున మారుకొన్న రణ • శూరులు సాక్షిగఁ గోడె సాక్షిగా
నెక్కినవాజి సాక్షిగ ర • వీందుముఖగ్రహరాజి సాక్షిగన్॥

అని యాశిరంబుం బట్టి ముద్దిడుకొని దుఃఖించుచుఁ జెప్పిన పద్యము.

సీ. ధైర్యంబు నీ మేనఁ • దవిలియుండుటఁ జూచి, చలియించి పొందెరా • చలము దిరిగ
గాంభీర్య మెల్ల నీ • కడనుండఁ గాఁ జూచి, కాష్టప్పుచే వార్ధి • గట్టువడియె
వల లక్ష్మి శ్రీయుర • స్థలివసింపఁగఁ జూచి, హరి వోయి బలిదాన • మడుగుకొనియె
నాకారమెల్ల నీ • యందు దాఁగుటఁ జూచి, మరుఁడు రుద్రునికంటి • మంటఁ గలసె
తే॥ తిక్కదండనాథ • దేవేంద్రపురికి నీ
వరుగ వెతఁగి నగము • దిరుగ బుడిగె
నబ్ధి కట్టువిడిచె • హరి యక్కఱ యుడిగె
మరుఁడు మెలఁగ నేర్చె • మంగలరాయ॥

అని తండ్రి దుఃఖించుచున్న నతని భార్య యగు మాచలమ్మయుఁ దుఃఖించి కొడుకన పోలమ్మయును సుతుని శిరం బీక్షించి యనేకవిధంబుల విలపించుచు పోలమ్మ

తిక్కఁడు లేని యీ విక్రమ సింహపురంబను నామాంతరము గల యీనెల్లూ రత్యంత ఖిన్నంబై దీపంబులేని గృహంబువలె నున్న దని యాక్రోశించిన భట్టుచెప్పిన పద్యము.

ఉ॥ వెన్నెలలేనిరాత్రియు ర • విప్రభలేని దినంబు నీరులే
కున్న సరోవరంబు కడు • నొప్పగ జీవము లేనియుల్లమున్
విన్నదనంబు నొందె మన • విక్రమ సింహపురంబుచూడఁగాఁ
బున్నమచంద్రుఁబోలు మన • పోలమ తిక్కఁడు లేమిఁ జక్కఁగా

అని భట్టు చదివిన విని యాహాకారంబుఁ జేయుచుండె నట్టియెడ నప్డు తిక్కని భార్య యరుదెంచి పతియుత్తమాంగంబుఁ జూచి యత్యంత దుఃఖాక్రాంత స్వాంతయై మూర్ఛిల్లుచు నిట్లనెల్లి. దేమితపంబుఁజేసి కనియెనో యీతఁడు మద్భాగ్యము తొల్లి భామున నేనేమి నోములు నోచితినో యని చింతించు సమయంబున భట్టు చెప్పిన పద్యము.

ఉ॥ ఏమి తపంబుచేసి కన • నెవ్వరు నేమిటఁ బూజఁజేసిరో
రాముని గన్నతల్లియును • రాముని తల్లియు కృష్ణుతల్లియున్
గాముని గన్నతల్లియును • గంజదళాక్షుఁ గన్నతల్లియున్
శ్రీమహిళాభిరాముఁడగు • శిష్టుని తిక్కనిఁ గన్నతల్లియున్

అని భట్టు చదివిన విని కొమ్మనామాత్యుండు మొదలగు బంధుజనంబులు నిట్లె తిక్కఁడు వీరస్వర్గవాసి యయ్యెంగాన వీరకైవల్యం బనిరేదని శైత్యోపచారంబు లాచరించిరి తిక్కనిభార్య యగు వీరలక్ష్మి తనమామం జూచి వినయవినమితశిరస్కయై సహగమనంబొనర్చెద నాజ్ఞ యొసంగుమని దండప్రణామం బొనర్చిన నంగీకరించిన నాచితస్థలంబున నొకకుండంబు నిర్మించి యంతయుపకరణంబుల నాయత్తంబు చేయించి తల్లీ! నీయిష్టప్రకారం బొనర్చు మనిన దిక్కమంత్రి శిరంబు నొకకలశంబున నిడి మేని పంచమహావాద్యంబులతో నుత్సవం బొనర్చుచు సహగమనపత్ని తనకుఁగల భూషణాంబరాదులు కుసుమకుంకుమలతో ననేక సువాసినీ జనంబులకు సమర్పించి మ పెద్దలంగదివ వందనంబు లొనర్చుచున్న నెడ దైవికంబుగా నామె ప్రయాణావసరంబున సన్నుటి కనుపుగా వచ్చుచున్న మహారాజసార్వభౌముం డగు వేములవాడ భీమకవీంద్రుండు గని మొక్కిన నతండు 'దీర్ఘసుమంగళీభవ' యని యాశీర్వదింప నామె వెంబడి జనుపరివారబంధువర్గంబులాకవిసార్వభౌము భీముఁగా నెఱింగి యయ్యా! యీయింతి యింతకుం బుస పరివీరుల వేఁగి వీరస్వర్గ నివాసుండయ్యె నతని శిరంబుతో సహగమనం బొనర్పఁ బూని పతివ్రతాశిరోమణి యై నీయెన్నది. మహాత్మా. ఇప్పుడు మీరు మొక్కిన

మీ రీతి నాశీర్వదించితిరి. మీవచనం బమోఘంబుగదా యనుచు నాయువతి భీమకవి వర్యు పాదపద్మంబుల వ్రాలి తండ్రీ! నీకేను బుత్రికను నీవు మదీయ జనకుండవు నీ కారుణ్యంబున నీ దీవెన సఫలంబుగా నాప్రాణనాథు బ్రతికింపుమని పునఃపునః ప్రణామంబు లాచరించిన నాకవిసార్వభౌముఁ డాసాధ్విం జూచి నేనొక్కటిఁ జెప్పెద నది నిష్ఫలంబుగా నెంచక చేసెదే యనిన దండ్రివగు నీవాక్యంబు విరుద్ధం బగునే యెట్టిదో యానతిమ్మన నాభీమకవి నీకోర్కె యొనఁగూర్చెద నీపతిశిరం బెచ్చట నున్నది; కళేబరంబు గానరాదు. ఎచ్చట నున్నదో తెచ్చినం బ్రతికించెద నన నప్పురంధ్రీ రత్నం బాసభికులం జూచి నాప్రాణనాథుని కళేబరం బారణాంగణంబున నున్నది. దానిం జూపెద రండనిన వారందఱు నచ్చటికిం జని నీపతి కబంధం బని మాకెట్లు తెలియఁ గలుగు నన నప్పతివ్రత వారిం జూచి యయ్యా! నాపతి కళేబరంబున నేఁ బిలిచిన నిలిచి నృత్యంబు బొనర్చు లేకున్న నూరకుండు నని యొక గుఱుతు తెలియించి రణక్షితిం గల కబంధంబు లుపలక్షించి శత్రుసేనాసంహారంబు బొనర్చి బంధుప్రియం బొనరించి దేవతా వినోదంబుగా రణక్రీడఁ గావించితి నలసి నిద్రించు విధంబునం బడియుండుట యనుచితంబు గాదు. భీమకవీంద్రుండు మొదలగు కవిపుంగవులును భవజ్జనకాది బంధువర్గంబులును నాశీలంబుఁ జూడఁదలఁచి నీకళేబరంబు దెచ్చిన సజీవునిం గావించెదమని యాభీమ కవీంద్రునిచే వర మొసంగించిరి. కావున నీదివ్య కళేబరంబు వీక్షించెద లేచి నర్తనంబు సేయుము. సూర్యమండలంబుఁ జూచి నమస్కరించుమనప్పుడా గాత్రఖండంబులు నృత్యంబు సేయుచు నప్పతివ్రతాతిలకంబు సమీపంబున కేతెంచు నప్పుడు భట్టు చెప్పిన పద్యము.

ఉ॥ శ్రీయుతలార శత్రువులఁ • జెండితి వారల మంత్రివర్యు లా
ర్వేఁగుచు న్నుతించిరల • వేల్పు దొరల్ ముదమంద మెచ్చిరో
లాలిత శౌర్య ధైర్య జయ • లక్ష్మి క్రియంబున నిన్ వరించె నీ
లీల హెచ్చఁ దిక్కనిక • ళేబరమా యిటు లేచి యాడవే॥

అని చదువునప్పు డాసాధ్వీరత్నం బాకళేబరం బుపలక్షించి మీ తండ్రియగు కొమ్మనామాత్యుండును మాతండ్రియగు భీమకవిముఖ్యుండును నిలిచియున్న నెలవునకుం జనియప్పుడు నిన్ను విశ్వసించెద నని యాకళేబరంబు వారిసమీపంబునకుం జని జర నరిగె నట్టియెడ నచ్చటి జనంబు లీమె పతివ్రతామహాత్మ్యం బింత యొప్పునే యని యత్యాశ్చర్య మగ్నమానసులైరి. భీమకవివర్యుఁ డామెనుజూచి తల్లీ! యిట్టి పరీక్షం గావించితివని కోపగింపకుము శిరఃకళేబరంబులు రెండును గలసినఁ గాని సజీవునిఁ గావింప వలను గామిఁ గాని మఱియొండు గాదని పలికి యిప్పుడ బ్రతికించెదఁ జూడుమని చెప్పిన పద్యము.

క॥ గణనుతవిధానమగుమన, రణతిక్కఁడు తాఁగళేబ ◆ రంబును శిరమున్
గణక మెయిఁ గలయ బ్రతుకును, బ్రణుతాఖిలవైరిమకుట ◆ భాసితపదుఁడై॥

అని దీవించి చెప్పిన ఖడ్గతిక్కఁడు తొల్లిటికంటెను సత్త్వబలతేజఃపౌరుషాది సంపన్నుండై లేచి తనతండ్రియగు కొమ్మనామాత్యుని పదంబులకును భీమకవీంద్రు పదంబులకును నమస్కరింప నందఱు నానందభరితాంతఃకరణులైరి. అప్పుడు భీమకవీంద్రుఁడు రణతిక్కని ఖడ్గంబుపైఁ జెప్పిన పద్యము.

చ॥ గరళపుముద్ద లోహ, మన ◆ గాఢమహాశనికోట్లు సమ్మెటల్
హరునయనాగ్ని కొల్మి, యుర ◆ గాధిపుకోఱలు పట్టుకార్లు ది
క్కరులశిరంబు దాయి, లయ ◆ కారుఁడు కమ్మరి, వైరివీరసం
హరణగుణాభిరాముఁ డగు ◆ మైలమతిక్కని ఖడ్గసృష్టికిన్॥

అనివర్ణించి యథేచ్ఛం జనియె. వీరును నందఱుం గలసి సుఖోపభోగంబు లనుభవించుచుండిరి. ఇది తొమ్మిదవమంత్రియగు రణతిక్కనిచారిత్రము ముగిసెను.

పదియవ మంత్రియగు కోటసింగరాజు చరిత్రము.

సీ॥ పట్టిసపురవీర ◆ భద్రుని ప్రేమచేఁ జెన్నొందె శ్రీకోట ◆ సింగరాజు॥

ఈకోటసింగరాజనుమంత్రిచూడామణి నిరతాన్నదాన దీక్షాధురంధరుండై యతిథిసంతర్పణంబు లాచరించుచుండు నట్టియెడ బలువురు భట్టుకవులు మూఁడుదినంబు లుపవాసంబుగా నన్నంబులేక క్షుధాతురులై యతిఘోరంబగు వర్షంబునం దడిసి యార్ద్రవస్త్రంబులతో గడగడవణంకుచు గాఢాంధకారంబగు నమావాస్యనాఁటినడు రేయి నొకమార్గంబున నడచుచు నిట్టియెడ మనకన్నవస్త్రంబు లొసఁగి యాదరించువా రెవ్వరేని గలుగుదురే యని చింతించువేళ నందొకభట్టు మనల నాదరించుటకు సమర్థుఁడగు దాత యేతత్ప్రాంతంబున నొక గ్రామంబునఁ గలఁ డచ్చటికేఁగుద మనిన నందొకభట్టు మనమిట్టియర్ధరాత్రంబున నట్టిసత్పురుషుల కాయాసం బొనర్చిన మహాపాతకం బగు నని చదివిన పద్యము.

మ॥ నిరతాన్నప్రదులైన సజ్జనులకున్ ◆ నిష్కారణాయాసమె
వ్వరు గావింపఁ దలంతు రట్టికుమతి ◆ వ్రాతంబుల న్నిల్ప నీ
నరకశ్రేణులు చాల వందును బురా ◆ ణవ్రాతము ల్పల్కుచో

ధరఁ గావించిన యిట్టి దుర్జనులవా • ర్తల్ చెప్పఁగా నేటికిన్॥

అనిన నంత నెరోళభట్టు నిరతాన్న దాతలకు కీడు గావించుటవలన పాతకంబు గాని తదీయవ్రత నియమితాయాసంబు గలుగఁజేయుట దోసంబుగాదని యంతటి నొడంబడి యప్పుడయ్యార్వురు నేగి తద్గృహసమీపంబున కేఁగి తద్ద్వారంబున నిలిచి "నిరతాన్న దానవ్రత ధురంధరా! సింగరాజమంత్రిపురందరా!" యని యొక్కెట్టువ నంకుటుం బిలిచి పిలిచిన విని మీరలెవ్వరని యడిగి తద్వృత్తాంతంబు దెలిసి యారాత్రి యమావాస్య యగుటచే భోజనాభావంబు గావున నిద్రింపసమయం బగుటయుఁ బరిచారకులందఱు స్వమందిరంబుల కరుగుటయు సర్వలోకంబు జిక్కుటయు, నింట సిద్ధాన్నంబు లేకుండుటయు నిన్నియుం జింతించు దైవంబీరాత్రి యతిథులన్న మడిగిన లేదనఁ జేయుం గాఁబోలు నని చింతించునెడఁ బరమేశ్వరుతోఁ బార్వతియుం బోలె నతనిభార్యయగు గంగమాంబ స్వామీ! యేల చింతించెదరు శిష్యరాల నయిన నేను వండి వడ్డించి వారిని దృప్తులం గావించెద వారి నార్ద్రవస్త్రంబుల విడిపించి యనుకూలాంబరధారులం జేసి చలిదీరనలుల శుష్కకాష్ఠసంచయంబుల జ్వాల గావించి కాలక్షేపంబు చేయుచుండుఁడని నట్లుచేయుచుండ నంతలో నామె యనేకవ్యంజనంబులతో నమృతోపమానం బగునన్నంబు వెట్టిన భుజియించి తృప్తులై వారలామెను స్తుతించిన పద్యము.

గీ॥ కోటసింగరాజు • మాటవాసియె కాని
గంగమాంబవలన • ఘనతగాంచె
గంగమాంబలోభి • గయ్యాళియైనను
సింగమంత్రి యేమి • సేయఁగలఁడు॥

అని స్తుతియించె నంత వంశీమహాశివభట్టు వల్లభరాజు చెప్పినపద్యము.

క॥ వరజన్మంబునఁ బుట్టిన, కరణీకమె యుత్తమంబు • కరణాగ్రణివై
పురుషార్థపరుఁడు గాఁవలె, శిరసెత్తినఫలము కోట • సింగమవర్యా॥

సీ॥ రావూరుపురిఢిల్లి • రాజ్యంబులం దుండి, సింధుబర్బరమధ్య • సీమనుండి
పాంచాలమాళవ • పాండ్యభూములనుండి, కటకకల్యాచల • గయలనుండి
ఘోట్టాణకొంకణ • ఘూర్జరోర్వులనుండి, మళయాళ కేరళ • మహలనుండి
భోటకర్ణాటకాం • భోజభూములనుండి, పాల్యాంధ్రముఖ్య • దేశములనుండి
గీ॥ చాల నేతెంచుసద్ద్విజ • సంఘములకు
నన్నదానంబు గావించు • చున్నదొరవు

భవ్యచారిత్ర కొండయ ♦ ప్రభుసుపుత్ర
పటిమమహాగ్ర్యమంత్రి మదభంగ ♦ కోటసింగ॥

చ॥ కడుసరిలోభియర్థమది ♦ కన్న పుదొంగల బందిపోటుమం
బుడమిని వారకాంతలకు ♦ భూపతికిం జనుఁ గోటసింగ నీ
పడసినయర్థపూర్తులకు ♦ బాంధవకోటికి యాచకాలికిన్
గుడికిని సత్రశాలలకుఁ ♦ గూపతటాకవనప్రతిష్ఠకున్॥

అని స్తుతించిన ననేక బహుమానంబులిచ్చి యఖండభూమండలంబునఁ దనకీర్తి నిండెనుండె. ఇది పదియవమంత్రియగు కోటసింగరాజు చరిత్రము ముగిసెను.

పదునొకండవమంత్రియగు నిట్టల హరియని చరిత్రము.

సీ॥ ఇలు చూర యాచకా ♦ వళికి దాతలదాత యైయిచ్చె నిట్టల ♦ హరివరప్ప॥

ఈతఁడు శ్రోత్రియజన వరిష్ఠుండును వితతవితరణగుణ గరిష్ఠుండును, విశేషధన పటిష్ఠుండును నగుటచే భాస్కరాది మంత్రివరుల గురులసవ్యాంశం బాలించి మనమున వారివలె వీర లేఁగలరా యని యహంకారంబుతో నుండె నీతని నపకీర్తిభాజనంబుగాఁ జేయందలచి యితరులగు సచివసత్తములు తమతమ కవులగు భట్టులంబిలిచి మీరు యేకీభవించి యాతని పాలికిం జని యాగ్రహంబు వచ్చునటుల పద్యంబులం జెప్పిరావలయు ననవేడు వారలందఱేకీభవించి యొక్క పెట్టునం జని రందుముందుగ నొకకవి యీతని ధనికుం డనియును ధనమస్థిరం బనినచో నలికిపడునని యుం దలంచి చెప్పిన పద్యము.

క॥ నిజమా రాజ్యసుఖంబులు, నిజమా తరుణీవిలాస ♦ నిరుపమలీలల్
నిజమా సంపచ్చయములు, నిజమా యాజీవనంబు ♦ నిట్టలహరియా॥

అనిన విని యానందించి మదీయాంతరంగం బెట్టులెఱింగితి వనియును నేనిటు లనే తలంచెద ననియు నా సుజ్ఞానికి నీవు మోయఁ గలయంతసువర్ణంబు నీకిచ్చెద- గయికొను మనుడు నాకుఁ గావలయునెడ నడిగెద నని నుడివియుండ నొండొకకవి వరుం డిట్లని హృద్యం బగుపద్య మొకండు సెప్పె.

క॥ ధీరోదాత్త గుణంబులు, గారణ జన్మునకు వేరె ♦ గలుగఁగవలెనా
ధారుణిలో పెంకాయకు నీరెవ్వరు పోసిరయ్య ♦ నిట్టలహరియా॥

అని చెప్పిన నవ్వుచు నాకవి నవలోకించుచు నీవు నాయభినివేశంబు దెలిపితి గావున నీయొత్తుసువర్ణం బిచ్చెదఁ గొను మనిన నాతఁడును మునుపటి కవిపలెఁ బలికె, నప్పు డితరకవు లందఱు నీఘనదాతృత్వమునకు మన మందఱము నొక్క మాఱుపాత్రంబుల మైతి మేని యావజ్జీవము సకుటుంబముగా బ్రతుకవచ్చు నని పలంది యేకముఖంబుగా స్తుతించిన పద్యము.

క॥ నిట్టలహరియుండయి యిలఁ, బుట్టెను సురధేనుకల్ప • భూరుహములు నా
మట్టుల గాకుండినచో, నెట్టులనిడు నర్థికోటి • కీప్సితఫలముల్॥

అనిన మీకంపతికి నేవిధావలయునని యాఘనుం డడిగిన మాకందఱకు నీయిల్లు చూరవిడువవలయు నని కోరిన నట్లె యని యొకజాము చూరవిడిచిన నందఱును నేయఁగలిగినంత ధనము గొని యంత నేపు నిట్టలహరియని దేవిడియొద్దనె పడవేసి గొన్ని జాములైన వెనుక నింక ధనముండునా యని యోచించి తొల్లింటివారిరువురును మా వరంబు లిపుడు దయసేయుండనినఁ గళత్రపుత్రాదుల యలంకారంబులు సమితములనిడి తూచినను కవికి గొంచెము సువర్ణము గొఱంత యగుటయు నపుడా మతిమంతుని సతి పతియభిప్రాయం బెఱింగి యొకపసపుకొమ్ము సూత్రమ్మున ధరించి తత్సమానంబుల నిడుటయు వారలా సాహసంబునకు సంతసిల్లి చెప్పిన పద్యము.

క॥ దాతల దాతవుగవరా, భూతలమున నెట్టిసుకృత • ముం జేసిరొకో
ఖ్యాతిగలనిన్నుఁ గనుటకు, నీతలిదండ్రులు గనంగి • నిట్టలహరి సూ॥

అని తమవచ్చిన వృత్తాంతము చెప్పుటయు నంత నాపండితాఖండలుని భాండాగారంబు లెప్పటివలె నిండి యుండె నఁట. ఇది పదునొకండవమంత్రి యగు నిట్టలహరియని చరిత్రము.

పండ్రెండవమంత్రియగు కొట్ట వెజ్జన చరిత్రము.

సీ॥ తనదు మీసముతీసి • తాకట్టుగా నుంచి కొట్టవెజ్జండర్థి • కోర్కెదీర్చె॥

ఈమంత్రిశేఖరుండు కృష్ణదేవరాయలవారి యాస్థానంబున నుండు దండనాథుం డత్యంతదానధౌరేయుం డగుటచే నాధునికరాధేయుం డనుప్రసిద్ధి నొంది వందిమాగధులచే నఖండంబుగాఁ గీర్తింపం బడుచుండి తానెచ్చోటి కేగినం దోడ ననేకవందిమాగధకవీంద్రులు స్తోత్రంబులు గావించుచు వెనువెంట నేతెంచునట్లు బ్రవర్తించు

చుండె నట్టి యౌదార్యధుర్యత్వాది గుణంబులం దిమ్మరసు అరసి యరసికుండునంబోలె మాత్సర్యంబుచే నొకనాఁడు కృష్ణదేవరాయలవారితో మీకంటె నధికముగా కవీంద్రులచేఁ బరిశీలింపఁబడి యెల్లవేళల మీకంటె విశేషంబుగ కీర్తివహించుట కేమిహేతు వనిన రాజు మందస్మితాననుండై యోమంత్రీ! యేల యిట్లు ఆడితివి మనసభలో నిట్టికీర్తిశాలి యుండుటవలన మనకేగదా యట్టివిశేషవిఖ్యాతి యని మిగులఁ గొనియాడి యాతనినిర్వచనుం జేసె నటుల కతిపయదివసంబులు జరిగినపిదప నొకనాఁ డాకృష్ణదేవరాయలవా రుద్యానవనంబున విహరించుచున్న సమయంబున నయ్యారామ సమీపంబుగ నీవెళ్లుచున్న యనుమంత్రి వరుండు వాహ్యాళి కేగ వలయు నని చను నెడ ననేకవంది మాగధ కవిబృందంబులు గొనియాడుచు చేతెంచునట్టి కోలాహలంబు విని యప్పుడు రాజేంద్రునకుం జూపి వీని నేవిధముగానైన మనకడనుండు భట్టుకవి నంపి యవమానింపఁ జేసి యపకీర్తిపద్యంబుఁ జెప్పింపవలయు నట్టివం గాని యీతనియాటోపంబు లోపంబు నొందదని రాజియ్యకొని యటుల నొకభట్టుకవి నంపి నీ వీసమయంబున నడిగి లేద పిలిచి దూషణపద్యంబు చెప్పి యవమానించి రమ్మన నతఁడేగి యమ్మంత్రిం గని యో వెట్టినామాత్య! నిను కవులు వారం బొనర్చు సమయంబిది గా దేమన నీచెంత విత్తంబు రిక్తగా నుండెఁ గాన నిచ్చట నిలువుము నీవడుగు మును గడిన దిట్టెద నని బిరగీసి నిలు నిలు మనిన యా వెట్టియన్న యిది యేమి కవిశేఖర! యిట్టి గట్టి మాజ్ఞగావించితి వని నిలిచిన నక్కవి దానరాధేయుండగు నామంత్రిం జూచి నీవిచట నిలిచిన పట్లనే నెయ్యంబు లీయలేనియెడఁ దిట్టెద నిచ్ఛితి వేని దీవించెద నందు నీకెద్దియిష్టం బనవుడు మంత్రి యోకవీంద్రా! నాతోడ గ్రామంబునకు రమ్మటచట నీయభీష్టంబు దీర్చెద యశం బందెద కోరుసమయంబునకు నీకీయనుపుడు రెట్టింపుగా నొసంగెద నని నిప్పుడ తప్పక యియ్యకున్న దూషించెద నని వెట్టియన్న మీసము వడిచేసి నే నపకీర్తి పాలగు వాఁడనా యిట్టికతిన యూచన గావించి దూషించుట సుకవుల కుచితమే నాకైనఁ మదీయపురాతనసుకృతిం బెట్టుండె నట్లగు నని కోపాటోపంబుతో మీసంబు నులివెట్టిదత్సమీపంబున నొకవెంట్రుక యూడిరా నది యాభట్టునకుం జూపి నీ వడిగిన ధనంబునకు కుదువఁబెట్టి దూషింపు టుడిగి భూషించి చను మన నబ్బట్టు ముట్టక రోమంబు కాకట్టు పట్టునట్టి వారెవ్వరైన నెచ్చటనైననుం గలరా యని మంత్రివెట్టియన్న మీసంబు కొనవెంట్రుక యని దెలుపుచు విపణిమార్గంబున నరుగుచుండి వేని వినినవారలు మేము మేము యిచ్చెద మని పయింబడి పుచ్చుకొని యిచ్చెదరు గాని నాఁడు నీవు దూషించు మనిన నీవిలువ జాతముని గయికొని యట్లు గావింప నొక ముచ్చాపివాఁడను వణిగ్వరుండు నే నిచ్చెద నని దానిం గయికొని యాసనం బొసంగ బుచ్చుకొని

యాకవి రాయలవారి సమీపంబునకుం జనియె నావెట్టన్నయుం గొంతదడవున కిలుసేరి యాధనంబు వృద్ధితోఁ గూడఁ బట్టుకొని వచ్చునెడ భట్టుకవి యెదురై యమ్మంత్రిం గని కరుకరు మీసమునకు గుంపుదిరిగిన మీసమునకు మొనగల మీసమునకు, మొలచిన మీసమునకు మిండా! కొత్తవెట్టా! సిద్ధలరాయపుత్రా! మహాప్రధానశేఖరా ! దానరాధేయా ! సత్యవ్రతధురంధరా ! జయ! విజయీభవ! యని కైవారం బొనర్చి చెప్పిన పద్యము.

ఉ॥ వీనులు సంతసిల్ల నిను • విన్నఁ; గనుంగవ వాఁడిదేరు నీ
మానితమూర్తిఁ గన్న; నను • మంత్రిశిఖామణి యన్న నాలుకం దేని
యలొల్కు నీవొసఁగు • దివ్యవిభూషణ చందనాదులన్ మే
నును నాసికేంద్రియము • మెచ్చుర కొత్తడ వెట్టధీనిధీ!

అని స్తుతించి యావృత్తాంతంబు కృష్ణదేవరాయలవారి కెఱింగించిన నాశ్చర్యమంది యామంత్రిని బిలిపించి గాఢాలింగనం బొనర్చి నీయట్టిదానధౌరేయుం డెందుఁ గలం డని గౌరవించి యనేక బహుమానంబు లొనర్చ నవి యక్కవి కొసంగి కీర్తికాముఁడై సుఖం బుండె నిది పండ్రెండవమంత్రియగు కొట్టవెట్టినమంత్రి చరిత్రము.

పదమూడవమంత్రి గుంగయ్య చరిత్రము.

సీ॥ గణపతిదేవుని • కరుణబట్టుకుమణి యపసం బొసంగె గుం • డాఖ్య వరుడు॥

ఈమంత్రి నాయుఁడు రాయలయొద్ద సేనఁగుల మీఁదనధికారి. ఇతఁడొకనాఁడు రాయలసభ కేతేర రాయ లతనిం జూచి చిఱునగవు నగి గుండన్నా ! నీవొక భట్టునైన సంపాదించి పొగడించుకొన వైతివి గదా యనిన నాగుండమంత్రి రాజేంద్రా! నన్ను బొగడెడు వారెవ్వరు ? నేనెంతవాఁడ నని రాజుతోఁ బలుక నట్టి సమయంబున రాయలవారిచే పోషింపఁబడు వట్టిభట్టు గుండమంత్రిం గని వినఁగొనియాడిన నేమిచ్చెదవని యడిగిన కవి వేఁడిన వస్తు వెద్దియైన నొసంగెద నని పలికిన గుండన్నం జూచి నీవాడి తప్పని సత్యవ్రతుఁడవు గాన గణపతి నుపాసించి యాదేవుని వరంబునం బడసిన మణిఖచితం బగునడపం బొసంగెదవే యని యడిగిన నిచ్చెద నన నయ్యెడ నాసత్కవి రచించిన పద్యము.

క॥ నెట్టన గణపతిదేవుని, పట్టణమున గల్గువీర • భటసామంతుల్
మట్టములు దాతలే భళి, గట్టిగ గుండన్న కరుణ • గల్గినకతనన్॥

అని స్తుతించిన నాయడపం బొసంగి యాదానకర్ణుం డనేకకవులు గోరిన ద్రవ్యంబు లొసంగుచు నఖండకీర్తివంతుండై యుండె నిది పదమూడవ మంత్రియగు గుండన్నమంత్రి చరిత్రము ముగిసెను.

పదునాల్గవమంత్రి సింగన్న కుమారుఁడు మాచన్న చరిత్రము.

సీ॥ అష్టసహస్రంబు • లర్థికిచ్చి సుకీర్తి మహిని సింగనమంత్రి • మాచఁడండ్రు॥

ఈమంత్రిశిరోమణి కృష్ణరాయలవారి భాండాగారమునిరాఁచి యధికారి. ఇతఁ డొకనాఁ డానెగొంది యను పట్టణము బయలు వెడలి తుంగభద్రానదీతీరంబున శృంగారముగా విహరించుచున్నఁ దత్తటంబున నొక వందిసుతుఁడు ఖండభట్టు నృసింహరాజునకవి వచ్చుచున్నఁ బిల్చి నీ వెవ్వ రెచ్చటికేగెద వని యడిగిన నే భట్టుకవిని రాజుపై పద్యంబులు రచించి తెచ్చితి నాసార్వభౌమునకర్పణం బొనర్చిన వస్త్రదానంబుఁ దృప్తి యొనర్చు నని దలంచి యిటకు వచ్చితి ననిన మాచనమంత్రి సాయంతన సమయం బగుటయు దత్తీరంబున సంధ్యాకృత్యంబుల నిర్వర్తించి యాభట్టుం దోడ్కొని నిజనివాసంబునకుం జని భోజనాద్యుపచారంబులఁ దనియఁజేసి యేకాంతంబున నక్కవి యతనితో నిట్లనియె. నీవు కృతి యొనరించి తెచ్చితి వని యారాజున కెఱింగించి నీకు దర్శనంబు సేయించువా రెవ్వరు? ఆప్రభుశిఖామణి యాస్థానంబు భోజునిసభ తెఱంగున ప్రచండ పండితమండలీ మండితంబై యుండు వారు అష్టదిగ్గజంబులనెడు మహాకవు లెనమండ్రు గలరు వారియెదుట మాటలాడ నైన నితరుల కశక్యంబు అయిన నీవా రాజుపై రచించిన పద్యంబు లెవ్వి చదువుము ఆకర్ణించెద నని చదివించి విని మాచనమంత్రి యంతరంగంబున సంతసం బంది తండ్రియగు సింగనమంత్రికడ కేగి యావృత్తాంతం బయ్యెడ నతని కెఱిఁగించిన నతఁడు తత్కథంబున నుప్పొంగి యయ్యా! నీ వాకవి కేమి గోరినను ఇచ్చి తత్కృతులంది సత్కీర్తి వడయుము నావల్లే యని మాచనమంత్రి మఱునాఁ డరుణోదయంబున భట్టుకవిం గని నీ విచ్చటనే యుండు మని యొక గృహంబున విడియించి సముచితోపచారంబు లతనికిం గావింపు మని పరిచారకులకు నియోగించి యతనితో సరసప్రసంగంబు లాచరించుచు నట్లుండి యొకనాఁ డక్కవితో నీపద్యంబు లారాజున కెవ్వరు వినుపింపఁ జేసెదరు? వాని విని ఆరాజేమి యొసంగు నీ కీపద్యంబులకు నారాజేమి యొసంగు నని నీకభిప్రాయంబు గలదు దెల్పు మన నివి యెనిమిదిపద్యంబులు ఈపద్యంబుల కెనిమిది వేలవరహాలొసఁగిన సంతోషించెద ననవుడు

నీకెవ్వరేని యష్టభాషాసింహంబు లొసంగినం గృతి యిచ్చెదవా? యనిన నా కవి యిచ్చినఁ బుచ్చుకొనువా రెవ్వరనిన నే నీకృతి గైకొనియెద నని యతని కభిమతం బొసఁగి కృతి నొందిన పద్యము.

సీ॥ తల్లిదండ్రులఁ బ్రోచు • తనయుండు తనయుండు, తనరాజు చేపట్టు • ధరణి ధరణి
యభిమానవతియైన • యంగన యంగన, యక్కరకొదవిన • యర్థ మర్థ
మారుకాంతల నేలు • పురుషుండు పురుషుండు, వేడని యాతఁడు • విద్యవిద్య
సంగరాంగణమునఁ • జచ్చుట చచ్చుట, యతిశిష్టతఁ జేయు • వ్రతము వ్రతము
గీ॥ పరులు మెచ్చంగ పాడిన • పాటపాట
పగ యెఱుంగక బ్రతికిన • బ్రతుకు బ్రతుకు
భానునిభ తేజ! లక్కమాం • బాతనూజ!
మనుజ మందార! సింగన • మంత్రిమాన॥

సీ॥ న్యాయంబు తప్పని • నరపతి నరపతి, నరపతి పాలించు • నాడు నాడు
నాడెఱింగిన దొర • పోఁడిమి పోఁడిమి, పోఁడిమి సొబగైన • బుధులు బుధులు
బుధులు సంభావించు • పురుషుండు పురుషుండు, పురుషోత్తముని పొందు • బుద్ధి బుద్ధి
బుద్ధిమంతునికగు • పుణ్యంబు పుణ్యంబు, పుణ్యలక్షణమైన • పొలఁతి పొలఁతి
గీ॥ పొలఁతి యది పత్ని గాఁగల • కలిమి కలిమి
కలిమి స్థిర మని నమ్మని • తెలివి తెలివి
తెలివిగలిగిన చదువుల • తేట తేట
భానునిభ తేజ! లక్కమాం • బాతనూజ!
మనుజ మందార! సింగన • మంత్రిమాన॥

సీ॥ కులమున నధికుఁడై • గుణవంతుఁ డయ్యెనా యాకారహీనుఁడై • యలరు మంచి
నాకారలక్షణం • బంతయుఁ గల్గెనా సౌభాగ్యత లన్నియు • నొప్పకుండు
సౌభాగ్యత లన్నియు • నొప్పంగ నుండెనా గర్వాంధకారంబు • గప్పియుండు
గర్వాంధకారంబు • గప్పకయుండెనా యనుకూలసతి లేక • యవయమునుండు
గీ॥ సొమ్ము గలిగిన సంతతి • కొఱకు వగచు
పుత్రసంతతి మొదలు గాఁ • బొందె నిన్ను
భానునిభ తేజ! లక్కమాం • బాతనూజ!
మనుజ మందార! సింగన • మంత్రిమాన॥

ఇవి మొదలగు నెనిమిదిపద్యములు కృతినొంది యాపురంబున నెచట వినిన నీ

పద్యంబులై వ్యాపించి యుండునటుల యనేకుల కసంఖ్యాక ధనంబు లొసంగి జదివింపంజేయ నను క్రమంబున రాజేంద్రుఁడు నాలకించి యామాచనమంత్రిం బిలిచి నీకీపద్యంబు లెటుల లభించె ననిన నతం డావృత్తాంతంబు దెలుప నారాజీపద్యంబులు నాకొసంగుము నీవిచ్చిన ధనంబుకంటె రెబ్బడిగా నీకిచ్చెద నన మంత్రి ప్రాణంబులైన నొసంగుదుగాని పద్యంబు లీయజాలన న రాజు భట్టుం గని నీయభిమతార్థంబు లొసంగ నేరుండ నీగణికున కెట్లిచ్చితివన నక్కవి యమ్మంత్రి గావించిన మోసుమంతయు నెరుంగింప నారాజు మాచనమంత్రింగని యీకృతికి తగిన బహుమానం బిప్పవైతివి రెట్టింపుధనం జేనిచ్చెద నాకొసంగెదవా నీవిచ్చి నిల్పుకొనియెదవా యన నట్లొసంగి యఖండకీర్తిం గాంచె. ఇది పదునాల్గవమంత్రి యగు మాచనమంత్రి చరిత్రము.

పదియేనవమంత్రి సాహిణిమారుని చరిత్రము.

సీ॥ కొనియె భాస్కరునిచేఁ • దెనుగు రామాయణంబారూఢి సాహిణి • మారమంత్రి॥

ఈయన ప్రౌఢదేవరాయ లను మహాప్రభుకడ గుఱ్ఱములమీఁద నధికారిగా నుండె. ఈయన యొకానొకనాఁడు వాహ్యాళి వెడలినట్టి సమయంబు భాస్కరుండను మహాకవి. యామంత్రివరున కెదురుగా వచ్చుచున్నం గని వారెవ్వరో తద్వృత్తాంతంబు నామూలాగ్రంబుగాఁ దెలిసి రమ్మని చారులం బనుప వారలాకవి నడిగిన వారలతో నేను గవి నయ్యుండ రాజదర్శనార్థంబున కేతెంచితి ననుడు వారలావార్త మంత్రివరున కెరింగింప నాతఁ డాకవి నెదుర్కొని సవినయంబుగ గౌరవంబొనర్చి తనభవనంబునకుం దోడ్కొనిచని సముచితోపచారంబు లొనర్చుచు నతని కొకవిడిది నొసంగి యయ్యా! మీ రేమిజదివితి రని యడిగిన నాభాస్కరుండు వేదశాస్త్రపురాణేతిహాసాదులన్ నే నెరుంగని విద్యలు లేవని పలికిన సవినయంబుగా మ్రొక్కి యాసాహిణిమారుఁ డాకవీంద్రునితో లోకంబున ననేకులు పండితవర్యు లుండినను సమస్త విద్యాపారంగతులు గారు దేవరవారధికవిద్యాధికులు గాన నవియెల్లను బోధించి నన్నుం గృతార్థుని గావించుట మీయధీనంబు. విద్యలెల్లను విని కృతార్థుండనై మూడుదళములు గలయొక తులసిదళము సమర్పించి నమస్కరించుట నాయధీనం బని పలికిన కవీంద్రుండు సంతసించి వేదాది విద్యలెల్ల సాంగంబుగా నెఱిఁగించిన విని సంతసించి సకలోపచారంబులు సేయుచుండ రెండుసంవత్సరము లగినప్పు డక్కవి యిక సెల వొసంగిన నింటికిం జనియెద ననినవిని యీదినంబు శుక్రవారంబు గావున

విచ్చేయఁ గూడ దనిశకవి మనంబునఁ నీతఁడు బహుమానంబు నీఁదలంచెఁగాఁబోలుఁ గాన శుక్రవారం బని సందేహించె నని యాహ్వ్రిద్దూరకుండి మరునాఁడు సెలవడిగిన నీవాసరంబు మందవారం బిట్టి దుష్టవారంబునఁ గూడదనియు నాదివారంబు శూలయనియు మరునాఁడు దుష్టనక్షత్రమనియు నామరునాఁడు మంచితిథి గాదనియు దర్శనావాసదినయోగా గా సహిష్ణుత్వంబునఁ గొంతకాలంబుగడపి యంతట నొకనాఁడు ఇఁక నిలువక కవి యురుకనేమో యని భయపడి గొప్ప బంగారపుఁ బళ్లెరంబునం నిండఁ గ్రముకకర్పూరాదిపరికరంబులతోఁ దాంబూలదళంబులు గప్పి యాపైఁ దులసిదళం బిడి యక్కవి పాదంబులసన్నిధి నిడ నాకవి యాతబుకుం జూచి యీయాకుల క్రింద నేమో నిష్టదీనారటంకంబులు వోసె నని యూహించునెడ మంత్రి యోకవీంద్రా! పూర్వము మీరిచ్చట ప్రవేశించునెడ మీకుఁ దెలిసినవిద్యల నుపదేశింపవలయునని నే నొక దులసిదళం బిచ్చెదనని మనవిఁ జేసితి నట్లుసమర్పించితి నిఁక నమస్కారంబె కోఁరెద. ఇదిగో! పదిరోజులదండంబు లిఁక విచ్చేయుం డనిపలికిన నిశ్చేష్టితుండై కవి చిత్రాకృతిఁ జెందిన సభవారువీక్షించి యూరకుండి రట్టియెడఁ గవీంద్రునిం జూచి యయ్యా! యిఁక విచ్చేయుండని లేచి నిలిచిన సాహిణిమారునిం జూచి తలయూఁచి వెళ్ళివచ్చెద నని నగరు వెలువడిన నిచ్చట నుండుం డని నిలిపి సాహిణిమారుఁడంతః పురంబున కేగిన భాస్కరుం డితఁ డేమో గృహంబుననుండి మణిగణంబులు దెచ్చి నా కివ్వవలయునని యూహించె నంత నచ్చోట నిలచియుండిన సాధీసుండు రెండుచేతులు గుప్పిళ్ళు పట్టుకొని భాస్కరుని కడ కేతెంచి సఖ్యం సాప్తపదీన మని మీరలు సెలవొసంగిరి గదా! మిమ్ముల సప్తపదంబుల పర్యంత మంపవలయు నని యాయన పిరుందం జని యచట నిలిచి యయ్యా! మీ రిచట ప్రవేశించిన మాసం బెయ్యది సెలవిండనిన భాస్కరుం డతనిం జూచి చైత్రశుద్ధవిదియ యనిన నగు నగు నని చైత్రాదిమాసంబు లెంకించునెడఁ బట్టుకొనిన గుప్పెళ్ళవేళ్లు క్రమంబున విడిచినం గనుంగొని నిరాశుండై జనుమన్నచో మరలం బిలిపించిన భాస్కరుం డితఁడు నాహృదయంబు పరీక్షించుటకై యిటు లొనర్చెం గాని వేరొకటి గాదని నిశ్చయించి తదాస్థానంబునకుం జని యాసీనుండైన నామంత్రివరుం డాకవీశ్వరునితో నిట్టులనియె. ఓకవీంద్రా! మిమ్ముల నొక ప్రశ్న యడుగం దలంచితి. సమస్త విద్య లెఱింగినమీయెడ బ్రహ్మకుఁ బూజలేని హేతువు సెప్పరయితిరిగదా! యాసంశయంబు తెలియుటకు మరలం బిలుపించితి ననిన భాస్కరకవి యిట్లని చెప్పిన శ్లోకము.

శ్లో॥ అజాగళస్తన ముష్టిపుష్టం నాసాంతరే కేశ మఖాండమగ్నం
వృథా సృజంత్సాహిణిమారలుబ్ధం పూజాం న లేభే॥

అని పఠించిన దీనియర్థం బేమి యనఁ జెప్ప విని నీవిట్లొకగాఁ డైన నిట్లు చెప్పిన నీయభీష్టం బొసంగక నిన్నిట్లు రిక్తహస్తంబులతో నంపుదునే యని ప్రణామం బాచరించి యమితానంతద్రవ్యంబును వినూత్నరత్న ఖచితభూషణంబులును సువర్ణ సువర్ణాంబరంబులును సమస్తముక్తాహారాగ్రహారంబు లాదిగాఁ గలబహుమానంబు లొసంగి భాస్కరకవీంద్రునిచే రామాయణంబు గృతి నొందిన నతనిమీఁద నొకకవీంద్రుండు రచించిన పద్యము.

క॥ ఇంతులమనముల నరిసా, మంతులమనములకు బుద్ధి ♦ మంతుల మదిలో
చింతింతని బ్రతుకేటికి, సంతతిసత్కీర్తిహార ♦ సాహిణిమారా॥

తెనాలి రామలింగకవి సార్వభౌముండు చెప్పినపద్యము.

క॥ అప్పులిడునతఁడు ఘనుఁడా, యప్పుడొసఁగి మరల నంచు ♦ నతఁడుఁగా రాజా
చెప్పఁగవలె సాహిణిమా, రప్పను దానమున ఘనుఁడు ♦ రాజు నటంచున్॥

భాస్కరుండు రచించిన పద్యములు.

క॥ శ్రీరమణీరమణసుధా, ధారాళదయాకటాక్ష ధామస్మితదృ
క్కైరవవిశరణకరణవి, శారదబుద్ధ్యతికుమార ♦ సాహిణిమారా॥

క॥ శ్రీహిత నయవిలసితవా, ణీహితమృదువచన ధార ♦ ణీహితగుణసం
దోహ త్రివిక్రమవిక్రమ, సాహసనగధైర్యసార ♦ సాహిణిమారా॥

క॥ శ్రీరామాకుచయుగళీ, హారిద్రోల్లసితవత్స ♦ హరిచరణసరో
జారాధ్యుఁడు మారయధర, ణీరమణోత్తముఁడుసాహి ♦ ణీతిలక మిలన్॥

ఇది మొదలుగ ననేకకృతు లంది సాహిణిమారమంత్రి నిరంతరయశో విశదీకృతదిగంతరుండై చెలంగుచుండె నిది పరమశైవమంత్రి యగు సాహిణిమారుని చరిత్రము.

పదయాంబనమంత్రియగు మామిడిసింగమంత్రికథ.

సీ. అర్థిశ్రీనైషధకావ్య ♦ మంది శ్రీనాథుచే మామిడిసింగనా ♦ మాత్యమౌళి॥

ఈయన కొండవీటి సంస్థానాధిపతి యగువన వేమారెడ్డి యనుమహారాజశేఖరుని రాజ్యంబులో బలిజేపల్లి యను నొకయూరి కరణంబుగా నుండునెడ కవిలోక సార్వభౌముండగు శ్రీనాథునితో ఆయన వేమారెడ్డి శ్రీహర్షప్రణీతం బగునైషధకావ్యంబు మదంకితంబుగాఁ దెనిఁగింపవలయు ననియును నట్టులనొనర్చునాఁడు నీకర్ధరాజ్యంబు

పర్వాన్నంబుగా నిచ్చెద నని యుపలికి తాంబూలాంబరాదు లొసంగినం గైకొని చని యాకవీంద్రుఁడు బహుపదుక్తిధోరణీరమణీయంబుగ నాభవ్యకావ్యంబు తనభవనంబునం వెలిఁగించి యాభూపతికి కృతియొసంగఁ జనుచుండునపు డీసింగన యుండునూరా మార్గమధ్యమునందలిది యగుట నాయూరికడకు వా శ్రీనాథుని యానంబునూరో దియాదినేక మాసాధికం బగుహొద్దుగడనుటయు నపుడువర్షర్తు వగుట ప్రొద్దుటి నుండియు కరిపాళశః వర్షం బధికంబగుచుండుటయు నితరులగు పరిచారులతోడ నొసలనుగాకయు నొంటిగా వచ్చిన నీయశఃకీర్తి ప్రసిద్ధులీవలెకీకరణంబు వినియున్న వాఁడు గావున సభక్తికంబుగా నెదుర్కొని యాసనంబున నిలువం జేసి మహానుభావా యీదినంబున నా జన్మంబు సఫలంబయ్యె నేను కృతార్థుండ నైతి నాపూర్వు లందఱుం దరించి రనుచు వినయపూర్వకంబుగా మీర లీదినం బీట మాయింట వసియింపవలె నని ప్రార్థించిన సుగుణపక్షపాతియును సుకుమారుండును నగుటం బట్టియు ముందు మజిలీ దూరం బగుటయు శిష్యాదిపరివారంబు వెనుకం బడుటయుం దలంచి యీవేళ నాకు వేశ్యాసంగ మేని యుండు నని పలికిన మంచిదని యంగీకరించి యింటికిం గొని చని యాదినం బాసింగనయింట పితృకార్యం బగుట ప్రయత్న సమాసాదిత సరసపదార్థంబు లేయనకు భుజింపఁ బెట్టి తనశయనసదనంబున శయ్యాదులు పొందుపఱచి పరుండం జేసి వేశ్యకయి యత్నింప నాదినంబు దుర్దినంబు గావునను నాయూర వేశ్యలు లేకుండుటయును తత్ప్రాంతస్థ మహానదీ ప్రవాహాతరణ యోగ్యంబగు గణపవరం బను నొకయూర వేశ్యలుండుటవలనను వెలయాలు దొరకమింజేసి సమకూర్పకుండిన నీకవిశిఖామణి శపించునను భయంబున చింతాక్రాంతస్వాంతుండైయుండ పరమపతివ్రతాతిలకంబును స్వాజ్ఞాప్రవర్తినియును సురూపవతియును నగుపతిం గని నీవీ యుపద్రవంబుగడపక తీఱదవ, నీయాజ్ఞకు వేఱ నిర్వాహణీయంబులు నాచరణీయంబులును నాకుంగల వే యనినఁడివి యలంకృతయై తద్గృహంబునకుం జని వీపనంగొన వీచుచుండు నెడనా శ్రీనాథుండును నాయువతి భక్తివిశేషంబున నిట్టిరోజున నెట్టులీ పదార్థంబులు సమకూర్చె నిది యగుఁగాక మామకస్వసనకరిసనంబు గకుండ వెలవెలఁది నెట్టుల సమకూర్చఁగలం డు చూతమటంచు నెంచుచుండ నీమెపసరుసురభిశ్వాసన స్పర్శముపలన కనుఁగొన్చిచూచిన నీమెభర్తగఊపినకరణి గణికవలె నమస్కరించిన గైకొని నీవెవ్వతె దానవని యడిగిన తద్గ్రామసమీపస్థ గ్రామవాసిని యగునొకగణికకూఁతు నని చెప్పినా నాయన మహానుభావుండగుటచేతను నివివణిక జన్మప్రభృతి ననేక వేశ్యానుభోక్త గావునను నీమె యింగితాదులు వేశ్యేతరంబులుగాఁ గానఁబడుటయు నరసి యిదఁయేమో పంతగానున్నదని యాలోచించుకొని నీ వెవ్వతెవో నిజంబు దెల్పకుండిన నీభర్తగాన యని

యొప్పెడిన మహాపతివ్రతగాన నిజంబంతయుం దెలుప నాశ్చర్య మహానుగ్రహమగ్నమా
నసుండై నీకరణము తనపితృదేవతలకన్న నన్నధికునిగా భావించి నాకాకాంక్షితాన్నంబు
భుజియింపంజేసి మఱియును నావిషయముగా నిజపత్నిం బంపుటయు నిట్టియుపకారి
కేనేమి సేయంగల నని తలంచి యామెపాదంబుల కెరఁగి యమ్మా నీవు గృహంబునకుఁ
జను మని యప్పుడా గ్రంథంబు నీయక కృతజ్ఞత నెఱవేఱదని తలంచి తొలుతటి కృత్యా
ద్యాశ్వాసాంత పద్యములు వెడలించి యాయననామాంకితముగా పద్యములు రచించి
యాసింగనమంత్రికిం గృతియొసంగి రాజధానికిం జని యావృత్తాంతంబు రాజున కె
ఱింగించిన రాజు తనకు లేమికి చింతాక్రాంతుండై యాసునపుణ్యాంబునకు సంతసిం
చి నీకిచ్చెదనన్న రాజ్యార్థంబు గొనుమన్న నాకవివరుండు నారాజ్యార్థం బామంత్రికి
మ్మని వలదు కృతికర్తయగుకవికిమ్మనియె నిట్లియ్యిరువురుం గొంతతడవు నంగీకరింపకున్న
రాజర్ధరాజ్యంబు కవివరునకును సర్వరాజ్యమంత్రిత్వంబు సింగనమంత్రికి నొసంగె
నప్పుడు శ్రీనాథుండును మరల తనయర్ధరాజ్యంబు రాజున కొసఁగి మంత్రిని స్తుతించిన
పద్యములు.

క॥ శ్రీరాజరాజభీమ క్షాత్రమణికృపాకటాక్ష • సంపద్వితత
శ్రితక్షితిబుధలోకోద్ధార గుణాధార సింగ ♦ నామాత్యమణీ

క॥ శ్రీనాథ సుకవికవితా వ్యాహారకథాసుధారి • సాహిత్యరసజ్ఞ
శ్రీపార్శ్వోదధి విశ్రుత సమాహితమహితాంతరంగ ♦ మామిడిసింగా

క॥ శ్రీపుష్కరణాంభోరుహ చామీకర కటకఘటిత • పద్మరాగాతి
స్తోమమయూఖఘూర్ణమద మామందిరలసదపాంగ • మామిడిసింగా

క॥ శ్రీపాదాంభోరుహనంస్థాపితమణిఘటితకటక • దుష్కృతజనితనిరా
టోపకరంకితవిమత క్ష్మాపాలకులాంతరంగ • మామిడిసింగా

ఇది మొదలుగాఁగల యనేకపద్యంబులచే నాశీర్వదించె నత్సింగనామాత్యుండు నా
మంత్రిత్వాంబ దఖిలైశ్వర్యంబు లనుభవించుచుండె నిది పదియేడవమంత్రియగు మా
మిడిసింగనామాత్యుని చరిత్రము.

పదియెనిమిదవమంత్రియగు కొరవియన్నామాత్యుని కథ.

సీ॥ ఘనదాన కర్ణుండై ♦ గండపెండెము దాల్చె కొరవియన్నామాత్య • రాజయోగ
ఈమంత్రిచంద్రుండు కవిబుధద్విజవంది మాగధ బృందంబుల కమరెంచుబా

నిచ్చవచ్చినరీతి ద్రవ్యంబిచ్చుచు తనంతరాయంబు లేకుండునటుల వ్రతంబుపూని గండ పెండెరముదాల్చి నాస్తియను నక్షరద్వయమువచింపకున్న నది చూచి సహింపక కృష్ణరాయలును తన్మంత్రియును తమకడనున్న యొకభట్టుకవిం గని నీవతనిచెంత కేగియ తనివ్రతంబు భంగంబు నొందించి యపకీర్తి పద్యంబుఁ జెప్పి రమ్మనిన నాభట్టుకవియు తని గృహంబునకుం జనె నట్టి యవసరంబున నన్నామాత్యునింట నతిథిసంతర్పణార్థంబుగా గొయ్యతోటకూర నొక యున్నతంబగు వేదికపై నుంచుకొని యన్నప్పతల్లి వంగి యాకూర పరిశోధించుటం గని యాభట్టుకవి యీయవ్వ యెవ్వరని యడిగిన నన్నామాత్యునితల్లి యని యచ్చటవారలు నుడువ సమీపంబునకుం జని యామె వీపుపై నశ్వారోహణం బొనర్చునటుల నారోహించి యతఁ డష్టాంగయోగప్రవీణుం డగుటఁ జేసి యూర్ధ్వశ్వాసంబున తనతనువు బెండుపఱచి యామెభార మందకుండునటుల నాసీనుండైయుండె నది గని యచ్చటివార లాసులక్ష్యంబుతో నేగి యామంత్రివరున కెఱింగించిన నతఁడు మందస్మితాననుండై యచ్చోటికరుదెంచినం జూచి యాభట్టు కైవారం బొనర్పక యూరకుండె నప్పుడు పుత్రునిం గని యతనితల్లి పుత్రా! నన్నీభట్టు వాఁడిట్టి దురవస్థ నొందించుటఁ జూచి యూరకుండుట నీకుచితంబే యని దుఃఖించిన నగి తల్లీ నన్ను నవమాసంబులు గర్భంబున మోసి మలమూత్రముల కసహ్యపడక దినదినాభివృద్ధి నొందించి నన్నింతిపెద్దవానిగా నొనర్చితి నేను ప్ర[illegible] నీకీర్తిపుత్రుఁ డితని నొకక్షణమాత్రంబు నీవీపున ధరించుట యుచితంబుగాని యనుచితంబుగా దిట్టిపనికి చింతింపం బనిలేదని తల్లి నూరార్చి భట్టుకవిం గని యన్నా భోజనమొనర్చితివా లేదా యనికుశలం బడిగి గౌరవించిన నాకవి లజ్జాభరితుండై కొండొకసేపూరకుండి యతని సాహసౌదార్యానుగ్రహశమదమాదిగుణగణంబులకు సంతసించి కైవారంబొనర్చి చెప్పినపద్యము.

క॥ హరి సిరిఁ వలచు సిరితాను వరుడుగ హరిఁ గోరు కొరవి • యన్నయ యెపుడున్
పరకీర్తిసతిని వలదను పరసత్కీర్తి యతని • వలచు సతతమున్.

అని నుతించి యతనిచేత ననేకసత్కారంబు లంది రాయలకు నీవృత్తాంతం బంతయుఁ జెప్పిన నృపవర్య మంత్రిప్రముఖులింతటివాని వినియుంగని యుండలేదని ను నుతించి రతఁడును సత్కీర్త్యైశ్వర్యంబు లెసంగ సుఖంబున నుండె నిది పదునేడవ మంత్రియగు కొరవి యన్నామాత్యుని చరిత్రము.

పదునెనిమిదవ మంత్రియగు బమ్మయసింగరాజుకథ.

సీ॥ పగతుఁ జుట్టమటంచుఁ • బల్కఁగా ధనమిచ్చి చేపట్టె పెమ్మయ • సింగరాజు॥

ఈ మంత్రివరుండు దానధురంధరుండగుటఁ జేసి యొకబ్రాహ్మణుం డితని పైన త్యంతవైరంబుచే నొక దొంగ భటుని నతని చంపుమని యంపిన వాఁడచటి కేతెంచి సింగరాజు శయనించు గృహంబునకు కన్నము ద్రవ్వి లోపల జొచ్చి నిద్రించు సింగరాజుం గాంచి యయ్యో యీమహాత్మునిఁ జంపుటకు నాబ్రాహ్మణుఁ డకట నోరెటులాడె నామర్మజ్ఞుండు చెప్పియంపినను నేనెటుల నిటకేతెంచితి నిత్యధర్మాధికుండగు నితనిపై ద్రోహము దలంచినవానికి కీడొదవుంగాని మేలుసమకూడ దని నిశ్చయించుకొని యయ్యో నేను దొంగవాఁడ నిచటి కేతెంచితి నీశుభ చంద్రదసందర్శనంబుచే నాయజ్ఞానాంధకారంబు వదలె నాసుకృతంబు సఫలంబయ్యె నని పలికినలేచి వానిం గని నీ వెవ్వఁడవు అనిన వాఁడు తనవృత్తాంతం బంతయుం బలుక వాని యంతఃకరణంబున క త్యంతసంతోషం బంది యోరీ నీవికన్నము ద్రవ్వుటకు నీచేతు లెంతనొచ్చెనో నన్ను జంపు మని యొక రంపిన నీగాఢాంధకారంబగు నర్ధరాత్రంబున నిచటి కేతెంచు నెడ నెంత త్రాసంబు నొందితివో నీఋణంబు నేను దీర్పఁజాల నైనను నీకిష్టంబగు భూషణాంబరాది ద్రవ్యంబులు పుచ్చుకొని చనుమని యొసంగిన నాహాంగబం జేగె నామరు నాఁడరుణోదయంబున నిత్యకృత్యంబులు దీర్చి తన్ను హింసింప చోరుని బంపిన విప్రు నింటికి సపరివారంబుగాఁ జని ప్రణామంబొనర్చి యయ్యా ధనంబు గదా యెట్టి సాధుజనునికైనను కామక్రోధాదిదుర్గుణంబులఁ బుట్టించునది యట్టి ద్రవ్యంబు కొఱకు నను నిర్జించి యిహంబున నపకీర్తియు హానియు పరంబున నరకావాసంబును దుఃఖంబును దలఁచితివి శరీర మేమి శాశ్వతము దాన ధర్మపరోపకార ప్రముఖకీర్తులు బలి చక్రవర్తి మొదలగు దాతలస్థులు బోషించి కీర్తిఁ గొంచ రేతాని యతనికి సవినయంబుగా బోధించిన నామహాపురుషు నయ్యా నుపదేశంబుచే తన్మౌర్ఖ్యత్వంబు వదలి నాయజ్ఞానంబున నొనర్చినపరాధంబు క్షమింపుమని పాదంబులం బడి శరణుండైన సింగరాజత్యంతకారుణ్యంబున ననంతద్రవ్యంబు నొసఁగి యతని రక్షించె నట్టియెడ మాగధకులస్థుఁడగు గోత్రపాలుశ్రీ నృసింహరాజు చెప్పిన పద్యము.

ఉ॥ మాడలమీఁద నాసగల • మానిసి కెక్కడి కీర్తి కీర్తిపై
వేడుకగల్గునాతకి • విత్తముమీద మరెక్కడాసయౌ
రేఁడు జగంబులందు వెల • హెచ్చిన కీర్తిఘనంబు గాంచి స
త్ప్రౌఢయశంబుఁ జేకొనియె • బమ్మయసింగఁడు దానకర్ణుఁడై॥

ఉ॥ పెట్టక కీర్తి రాదు వల • పింపక యింతికి నింపులేదు తా
తిట్టకవాదు రాదు కడు • ధీరత వైరుల సంగరంబులో
గొట్టకవాడ లేదు కొడు • కొక్కఁడు పుట్టక ముక్తి రాద యీ
పట్టపు రాజులైన నిది • పద్ధతి బమ్మయసింగధీమణీ॥

అని నుతించిన బహుమానింది సుఖంబున నుండె నిది పదునెనిమిదవమంత్రియగు బమ్మయసింగరాజుచరిత్రము.

పందొమ్మిదవమంత్రి నందూరిభీమన్న కుమారుఁడగు గుండమంత్రికథ.

సీ॥ సులుజగత్రయదాన • గురుమూర్తియై మించె నందూరిభీమన్న • గుండమంత్రి॥

ఈయన జగద్విఖ్యాతదాత ఈయన వితరణ గుణాతిశయంబు గాంచి రాయలవార లర్థిరాధేయుం డని బిరుదొసంగి రట్టియెడ భట్టిమాగధుండు సరికొండపాపిరాజతనిపై చెప్పినపద్యము.

మ॥ ధరణిం దానగుణుండ వీవనికవీం • ద్రశ్రేణి వర్ణింపఁగా
బిరుదుల్ నిండిన గుండయోగ్రుణక గం • భీరప్రభావోన్నతిం
దొరకుం గా కతిలుబ్ధులైన గణక • స్తోమంబుకున్ గల్గినం
గిరికిం బెట్టినచందమౌ నితరులన్ • గీర్తింపఁగా నెట్లగున్?

అని స్తుతించిన ననేక బహుమానంబున నుండె నిది పందొమ్మిదవ మంత్రియగు నందూరిభీమన గుండనామాత్యునిచరిత్రము.

ఇరువదియవమంత్రి విస్సన్నయను మంత్రికథ.

సీ॥ ప్రాణికోటికి నెల్ల • బహుభక్ష్యభోజ్యాన్న, సత్రము పెట్టె వి • ప్రప్రధాని॥

ఈమంత్రివరుఁడు నిరతాన్న దానదీక్షాధురంధరుం డితనిపై నొకసుకవితిలకంబు రచించినపద్యము.

క॥ అనుదినము నన్నదానము, ఘనభూదేవతలు మెచ్చఁ • గాఁ జేసితి వా
నినుఁ గాంచి నేర్చుకొనిరా వినయజ్ఞులు దానమెల్ల • విస్సయమంత్రీ॥

అని స్తుతించిన బహుమానించి సత్కీర్తిం గాంచుచుండె. ఇది యిరువదియవ మంత్రియగు విస్సనామాత్యుని చరిత్రము.

ఇరువదియొకటవమంత్రియగు తిమ్మరసుకథ.

సీ॥ భట్టుమూర్తికి కిన్క ♦ రెట్టింప పచ్చల, హారమర్పించె తి ♦ మ్మరసమౌళి॥

ఈయన రాయలవారి యొద్ద ముఖ్యప్రధానుఁడు. తిమ్మరసను పేరుగలవాఁడు బహుబుద్ధిశాలి ఈయనను రాయలు పితృసముఁడని యప్పాజీయని పిలుచుం గావున నప్పాజీ యనియుం గూడ నామంబు గలదు. ఈయన సర్వాధ్యక్షుండుగా రాయలవారియొద్ద నుండు నపుడు భట్టుమూర్తి యెన్నఁడును కైవారంబు సేయ కుండుటచేమనంబున నించుకమత్సరంబు గలవాఁడై యుండి యీకవికి నెప్పుడు వందనము గావించెదననియూహించుచుండ పెద్దన్న, రామలింగము మొదలగు వారును తాము రాజస్థానమున దిగువం గూర్చుండి యుండ మూర్తికవి రాజుతో నర్ధసింహాసనాధ్యుండై యుండుననుచింత నెంతయు నితనితో నాసమయమున వెలుపరింప నతఁడును మీరలూరకుండుఁడు ఏనేమిసేసి మీర లాతనిఁ గ్రిందికి దించుప్రయత్నంబుఁ జేసెద నేను సహాయభూతుఁడ నయ్యెద నని వక్కాణించె నిటులుండ నొకనాఁడు రాయలసభాంగణంబున రామలింగము రాయలవారింగూర్చి యొక పద్యమిటుల చెప్పె.

క॥ నరసింహకృష్ణరాయని కరమరుదగు కీర్తి వెలసె ♦ కరిభిద్గిరిభి
త్కరి కరిభిద్గిరిగిరిభి త్కరిభిద్గిరిభిత్తురంగ ♦ కమనీయంబై॥

అని చెప్పనందఱు నానందింప భట్టుమూర్తి యూరకుండిన నేమి యూరకుండితివి ఏపద్యం బెటులుండె ననలేదు నందఱకుం బాగుగా నుండ నాకుం బాగుగా లేదే యన నప్పర నీవి యేమో శ్లేషగాఁ బలుక నోపునన రామలింగ మిది బాగుండ కుండిన నింతకు బాగుగా నీవుచెప్పిన నాసింహాసనంబున గూర్చుండుము లేనియెడ దిగుమన తిమ్మరసు ఔను రామలింగని మాట బాగుగా నుండె నన నప్పుడు భట్టుమూర్తి యాగ్రహించి నన్ను సింహాసనంబు దిగుమని తిమ్మరసు పలికెం గాన యిదిగో తిమ్మరసుని నిన్నుంగూడఁ దిట్టెద నని వక్కాణించుచుఁ జెప్పినపద్యము.

ఉ॥ లొట్టయుదేటిమాట పెను ♦ లోభులతో మొగమాట మేలదాఁ
గుట్టకయున్న వృశ్చికము ♦ గుమ్మరపుర్వని యందురేగదా

పట్టపురాజు పట్టి సరిపట్టి • సరాసరి యొయ్యారమున్న నేఁ
[illegible]ట్టకమాన సామతము • తీవ్రమ హోగ్రభయంకరంబుగా
[illegible]ట్టిదినామహోగ్రిహము • తిర మకరగ్రహాజ్ఝగీభటా
పట్టుపుస్తఘోలఘణి • ఘట్ట్రబహులాకృత పక్షటస్ఫుటా
ఘట్టనదట్టణాలకవి • ఘట్టకనిగ్రహరాజ భృత్యకీ
[illegible]ట్టపటాంభటీనమన • జఝ్ఝకీలలు రాలఁగావలెన్
జుట్టి[illegible]బుకటాగన • జాబితినాకజితాదర్యధిత్యకా
పట్టణమక్షరంగగత • భవ్యభూవదనానుషంగసం
ఘట్టితకస్యగాంగదుంగ • హల్లకజాలసుధాతరంగముల్
[illegible]ట్టి[illegible] పన్నలెన్ భువన • చోద్యము గాభవాదంబు గామరిం
చిట్టితినా [illegible] భవన • భక్[illegible] శచీమ న్నసింహరాడ్ధ్వజా
[illegible]ట్టకమహోట్టహాస వను • రాష్ట్ర[illegible]కు టీతటీనటీ
[illegible]ట్టపదాంబుజాకృత • [illegible]కంత గభీరనాసపం
[illegible]ట్టి [illegible] మాణ గతి • గావలె దీవన పద్యమిచ్చి చే
ప[illegible]తినా [illegible] కనక • భాజనభూషణభాసురాంబరా
[illegible]ట్టి[illegible] గజ • రాజద మూల్యసునాతపత్రభూ
పట్టి[illegible] ఘట • పంక్తి చిరాయురసామయంబునై
[illegible]ట్టి[illegible] • గావలెనెక్కు డైకవిజూడుండీ
దట్టిటుపం[illegible] మేలు [illegible] • [illegible] బతెఁజుక్కు [illegible]చిరయ్యే
[illegible] • [illegible] వ్యసనంబులన్
[illegible] • [illegible] ముఖోద్భటాకృతిం
[illegible]ట్టము [illegible] • బృందము కేసతి భక్తిపారెడన్
[illegible]ట్టితిమ[illegible]యుఁ • గాఁగలనూట పదాలు వెయ్యడన్
[illegible]ట్టి[illegible] మహా[illegible] • రాయచిమార్గ మెఱుంగఁ జెప్పితిన్॥

అని పూర్వగ్రహించిన రాయల్ బ్రాహ్మణా లోనరించు నీదు రాలోచన నేనెఱుంగ నీయాం పన్నెండ్లదిట్టైద ఐని యున గ్రుబహుమానం బొనర్చి గాఢాలింగనంబు గావించి సంతసించి భట్టుమూర్తి రాయలమీఁదఁ జెప్పినపద్యములు.

అబ్జముఖీ మనోజవర • సాధిపనందన కృష్ణ నీయశం
బబ్జ కరాబ్జజాబ్జభవయ • నాబ్జవిలాసము నీపరాక్రమం

బబ్జకరాబ్జజాబ్జనయ • నాబ్జ విలాసము నీవితీర్ణిమం
బబ్జకరాబ్జజాబ్జనయ • నాబ్జవిలాసము చిత్రిమిద్ధరన్॥

అని స్తుతించిన రామలింగని పద్యముకంటె బాగున్న దని పెద్దన మొదలగుకవులు సంతసించిన రాజు గారవించె నపుడు భట్టుమూర్తి తిమ్మరసుం జూచి రాజీదురాలోచనంబు గానఁడు. నీపాత్రిత్వాహంబున కవులీవిషమాలోచనంబు గావించిరి నేనీకు కైవారంబొనంగ కుండుట కారణంబుగా నీకిం బురస్కరించుకొని నన్ను వంచింపం జూచితి వైనను నీవృత్తాంతంబుఁ జెప్పెద వినుమని చెప్పినపద్యము.

శా॥ గుత్తిం బుల్లెలు గుట్టి చంద్రగిరిలో • గూడెత్తి పెన్గొండనో
సాత్తిం సత్రి ఋనందు నెండి బలుసు • ర్గాధీశ తాంబూలపుం
దిత్తుల్ మోసి పదస్థులైన ఘనులం • దీవింప

అని మూడుచరణంబులు చెప్పఁగానే తిమ్మరసు దుష్కీర్తిభీతుండై రాయలవారు పట్టాభిషేకంబు తానొనర్చునపు డిచ్చినయమూల్యంబగు గారుత్మతరత్నహారంబు కవికంఠంబున నలంకరించిన పూర్తిచేసిన నాలవచరణము.

దీవించెదన్, మత్తారాతియయాతి నాగమనుతున్ • మంత్రీశ్వరున్ దిమ్మనున్॥

అని దీవించి మరియును రచించినపద్యము.

క॥ అయ్యావనిపించుకొంటిని, నెయ్యంబున కృష్ణరాయ • నృపపుంగవుచే
నయ్యాశ్రీసరియేరీ, తియ్యని విలుకాడనయ్య • తిమ్మరసయ్యా॥

అని కైవారం బొనర్చిన నప్పటినుండి ఇదిగోడలు సఖ్యంబుగా నుండి చిరంతనైశ్వర్యంబు ననుభవించుచుండె. ఇది ఇరువదియొకటవ మంత్రియగు తిమ్మరసుచరిత్రము.

ఇరువదిరెండవమంత్రియగు బెండపూడి అన్నామాత్యునికథ.

సీ॥ ఘనశైవతంబుదాత్రి • తూరామ భీమేశుఁడు కొల్చు బెండపూ • డన్నమంత్రి॥

ఈమంత్రి యీశ్వరారాధనం బొనర్చి యఖండైశ్వర్యవంతుండై యాయురైశ్వర్యంబులు లక్షీరంబులు ధర్మకీర్తులు సుస్థిరంబులని దేవబ్రాహ్మణగురుభక్తియును దదీయాచితధర్మశాస్త్ర వివేకంబును వంది మాగధజనావనంబును దీనజన రక్షణంబును నొకవ్వచుండుసడ నితనివితరణంబుఁ బరీక్షింపఁదలంచి యనవేమారెడ్డి దాక్షారామంబున

కధికారియగుటచే నచ్చట నీబెండపూడన్న మంత్రిపాలికిం బోయి గిరిగీసి యందుండ లక్షవరాల నిమ్మని యడిగి యియ్యకుండినం జెట్టుమని యొకభట్టుం బంప నాతఁ డట్లు చేయ తక్షణంబునం బరిచారకులవలన తద్ధనంబు శకటంబులం బూన్పించి యొసంగ సంతుష్టుండై యాభట్టు చెప్పినపద్యము.

సీ॥ అలరు గ్దంతిదం ♦ తాగ్రశంబుగ వ్రాయు జననాథ దిగ్దేశ ♦ శాసనములు
కువలయము తూలమించు ♦ గుబ్బచన్నులవ్రాయు కుంకుమపత్రపం ♦ కాంకురములు
గర్వితారాతిప ♦ తుష్టగళంబులవ్రాయు నసిధారరక్తారు ♦ ణాంకురములు
వర్ధిసందోహంబునకు ♦ శాసనము వ్రాయు లక్ష్మీక్రమనోహారి ♦ లక్షణములు
పసిఁడిగంటంబుచే జయ ♦ ప్రకటకీర్తిఁ
జెంది కవివిప్రరక్షణ ♦ శీలఁ జెలఁగె
రామమంత్రికుమారుండు ♦ రాజవినుతుఁ
డతులగుణహారి బెండపూ ♦ డన్నశౌరి॥

అని నుతించిన ననేక భూషణాంబరధరాదికంబులు పారితోషికం బొనరించి సత్కీర్తివడసి సుఖంబున నుండె. ఇది యిరువదిరెండవమంత్రియగు బెండపూడన్నామాత్యచరిత్రము.

ఇరవదిమూఁడవ మంత్రియగు చామకూర అప్పరాజుచరిత్ర.

సీ॥ నీడఁ ద్రొక్కడువేళ ।♦। సరివర్ధికభిమతం బిప్పించె చేమకూ ♦ రప్పరాజు॥

ఈయన రాయలవారి దేశమందుండు నొకతాణాదారుఁ డీయన నేయువ్యవహారంబునం గలసర్వాదాయంబును యాచకాధీనంబు సేయుచు ననేకపద్యంబుల కృతులం గైకొనుచు నించుకేనియు నధిపుపాలికిం బంపక స్వతంత్రింబుగా నుండ నాసంగతిఁ జెప్పిన్న రాయలవారును పరస్పరంబు నాలించి యాగ్రహావిమగ్నమానసులై యాతని బిలువం బంపి యాతనియుద్యోగధనంబు లెక్కచూపుమన నొకలక్ష మాత్రంబు తక్కువయగుడు! పిమ్మట నీధనం బియ్యవేని నిర్బంధించెదమని రాజమంత్రు లిరువురు స్థాభాగంబున విహరించుచు నెదుట జెట్టంబగు శిలాకుట్టిమంబున నీడను ద్రొక్కకాను నట్టిసమయంబున నిలువరించి ఖడ్గహస్తులగు భటులచేఁ బరివారితుం జేసి యిప్పుడు నీవి నడిగిన నేమిచ్చెదవో యని యనుకొని వంచకులుండగు లోభిభట్టు హనుమంతరాజను నా-

కభట్టుం బనిచి యేరీతినైన తిట్టి పద్యంబు జదివి రమ్మని నియమించిన నాభట్టు వచ్చి కైవారం బొనర్చిన నయ్యప్పలరాజు నీవిట వచ్చినపని యేమని యడుగ నాయింట వివాహంబు గాన దానికిం బదివేలవరాలు గావలయు నన నే నెట్లిప్పు డొసంగఁజాలుదు నన నియ్యకుండినం దిట్టెద ననియె నందుకతఁడు రాయలవారు తన కధికారం బిచ్చునప్పుడు స్వకంఠంబున నుండి పైకిఁ దివిచి యతని కొసంగిన యిరువదివేల వరహాల మూల్యంబుగలయొకరత్న హారంబు కంఠంబున నుండ పయికిఁ దీసి యిది రాజదత్తంబు దీని నితరులకిచ్చిన నాగ్రహంబు రెట్టించును కాలిన నొరు లెఱుంగకుండ నీపదివేలవరాలును గొనుము నేను వెనుక వదలించుకొనియెద నన వాఁ డదిగొని రాజుకడకుం జని యంతయుఁ జెప్ప నాశ్చర్యంబు నొంది యాయప్పలరాజు రప్పించి యనేకబహుమానంబులు గావించినయపు డాభట్టు చెప్పినపద్యములు.

క॥ అనుదినము నీడఁ గ్రొక్కగ, నొరగఁగ సురభూజ మీయ • నొక కాసైనన్
దినదినము సుకవి జనులకు, ననయము శ్రీచేమకూర • యప్పనయిచ్చున్॥

సీ॥ దాతలో నర్థుల • తారతమ్యము దెల్పి యొప్పింప నేర్చుఁ దా • నీయ నేర్చు
నవరసాలంకార • నయకవిత్వప్రౌఢిఁ దెలియ నేర్చుఁ బరులకుఁ • దెలుప నేర్చు
భట్టువాక్ప్రౌఢిమ • ఘట్టు కవిత్వంబు చదువఁగా విన నేర్చు • చదువ నేర్చు
మానుషాధిపులైన • మహితలాధిపుల మెప్పింప నేర్చుఁ దా • మెచ్చ నేర్చు
దాత కవి భట్టు రాజును • తాన యగుచు
మహిమ నతికెక్కె ధారుణీ • మండలమున
వీరరిపుదానిమథనకం • ఠీరవుండు
రమ్య శ్రీచేమకూరప్ప • రాజుమంత్రి॥

అని నుతించిన మరియు విశేషబహుమానంబు లాదరించె నపుడు రాజతని నాగరవించి పునరధికారం బొసంగి సంతోషపఱచె నిది యిరువదిమూఁడవమంత్రి యగు చేమకూరప్ప రాజుచరిత్రము.

ఇరువదినాలుగవమంత్రియగు విఠ్ఠల వెజ్జుమంత్రిచరిత్రము.

సీ॥ ఘనసప్తసంతతు • లొనరించి సత్కీర్తి వెలయించె విఠ్ఠల • వెజ్జుమంత్రి॥

ఈయన తంగెళ్ళమాచిరెడ్డియను కొండపల్లిదుర్గాధీశ్వరుని మంత్రి. విశేషధనాపే

క్షచే నాంజనేయోపాసనం బొనర్చి ప్రత్యక్షముం బడసి యేమి గావలయు నని యడిగిన నాకుసప్తసంతానంబు లొనరింపవలె ననువాంఛ గలదు గాన నట్లువరంబు దయ సేయు మన నట్లగాక యని యవ్వేల్పు కన్మొరంగిన వెనుక నతనిభట్టు గుండభట్టునారాయణ రాజునుతించినపద్యములు.

క॥ తం పేరు తల్లిపేరును, తనుఁగాంచినతండ్రిపేరు • దైవముపేరున్
శివయున్న యూరు పేరును, వినుకరి గాబ్రితుకవలయు • విఠ్ఠలపెద్దా॥

ఉ॥ శ్రీగలవేళనాశ్రితుల • శిష్టజనంబులభూసురాళిన
భ్యాగతులన్ కవీశ్వరుల • బాంధవులన్ దగ నాదరించి మే
ల్త్యాగము సేయు సర్వధన • ధర్మవిధిజ్ఞులఁ జెందుకీర్తిబ
లాగ్రమయుక్తిమంత్రులకు • రాదుగదా యిల వెట్టిధీమణీ॥

అని స్తుతించిన నాకవి కనేక ధనకనకాంబరాదు లొసంగి కీర్తివహించి సుఖంబున నుండె. యిది ఇరువదినాలుగవమంత్రియగు విఠ్ఠలపెద్దనమంత్రిచరిత్రము.

ఇరువదియైదవమంత్రియగు గుంటుపల్లి ముత్తరాజుచరిత్రము.

సీ॥ అమితశత్రుల గెల్చి • యవనిపాలనఁజేసె రహిగుంటుపల్లిముత్త • రాజమంత్రి॥

ఈయన శ్రీశైల మేలెడు వనుమల బొమ్మిరెడ్డికడ మంత్రిత్వము సేయుచు నొక నాడుగోలకొండనబాబుచే కికబరూబందీకైయేగియానవాబుం గాంచికతిపయరాజకార్యంబు లొనర్చునెడ నందుండెడునవాబు మేనల్లుండొకఁడు ముత్తరాజతిబలపరాక్రమ శాలియనియు సాహసవితరణాలంకారుఁడనియు బేతాళునకుద్దియై మల్ల యుద్ధంబుల ననేకులగు జగజెట్టిల గెల్చి వారిబిరుదు లన్నియుం బుచ్చుకొని జగదేక శౌర్యప్రతాప సంపన్నాగ్రేసరుండై లోకైక వీరుండను ప్రసిద్ధినొందినవృత్తాంతం బంతయు పరిజనులచే వినినవాఁడు గావున నీతనితోఁ బట్టుపట్టవలె నని తలంచి నీతో నాకు మల్లయుద్ధంబు నొసంగు మనిన నతఁ డొల్లకుండ ననేకవిధంబుల వాదించునెడ నానబాబును నంగీకరించి పట్టుం దన పట్టి జయించె నవ్వాఁడైదువేల సైన్యంబులకు నధికారంబిచ్చి వైరులశిరంబులు ఖండింపుమన నాసేవచే ననేకరాజుల జయించుచు వశ్యులఁగాఁ జేసికొనుచు శౌర్యదాన ధురంధరుండై ప్రతాపకీర్తులు ప్రకాశింపఁ జేయుచు ననేకకవియాచకానీకంబులఁ బోషించుచు కాశింకూడియను ప్రసిద్ధవీర క్షేత్రంబున శిల

ము బ్రిహ్మ నాయఁడు బాలఁడు నలగామరాజు నరసింగరాజు నాయకు రాయలు మొదలగు వారితో యుద్ధముఁ జేసి యారాజధానుల దరినది తీరంబుల నరనిజయాంకబులనిల్పి యధికారముఁ జేయుచుండు నట్టి యెడ ప్రబంధాంక వంశోద్భవుండును రామరాజభూషణంబు భట్టుమూర్తియును నామద్వయంబుగల కవిగంగాయాత్రకై చనుచుండి యామార్గంబున వచ్చుచుండ నావార్త చారులచే విని యామంత్రి పరమేశ్వరుం డెదురుగాఁ జని తోడ్తెచ్చి యనేకసత్కారంబులు ప్రభువునకుం బోలె నొనర్చిన సంతసిల్లుచుం సుకవింగని మూర్తివార్తలని యడిగిన రాయలవారి గాథలం దెలిపి చెప్పినపద్యము.

ఉ॥ వార్తలు శత్రురాజుల న • వశ్యముగెల్చె నటన్న మేటిన
ద్వార్తలు బ్రహ్మచారుల వి • వాహము సేయుదు రన్న వార్తలుం
స్వార్తిగ వస్త్రసాన్నములు • భూసురకోటి కొసంగువార్తలుం
గీర్తివిభూష గుంటుపలి • కేలనవీరయ మంత్రిముత్త నీ
వార్త లెకాని యెన్న నింక • వార్తలు లేవు ధరాతలంబునన్.

అనివిని మంత్రివరుఁడు మరియు వార్తలనిన వెండియుఁ జెప్పినపద్యము.

ఉ॥ సంతతమారగించు నెడ • సజ్జనకోటులఁ బూజసేయుశ్రీ
మంతుడు గుంటుపల్లికుల • మంత్రిశిఖామణిముత్తమంత్రి మే
బ్బంతిరొబంతి గాకకడు • పంచగులాముల బంతులెల్లనూ
ల్బంతులుదుక్కి టెడ్ల మెడ • బంతులువిప్రవినోదిగారడీ
బంతులు దొంగవాండ్రముల • బంతులు సుమ్ము ధరాతలంబునన్॥

అని భట్టుమూర్తి చెప్పిన గుంటుపల్లిముత్తరాజు తనవిదీరక మరల వార్తలని యడిగిన జెప్పిన పద్యము॥

సీ॥ దుమ్ము ధూళిగఁజేసి • తూర్పారఁబట్టఁడే, కోపాగ్ని చేబొమ్మ • లాపురంబు
నగ్గునూచంబుగా • నూర్చుడి సేయఁడే, ఘాటిమీఱఁగనెజ్జి • పాటికోట
ఖండతుండెములుగా • చెండిచెక్కాడఁడే, దండిబోయల పేట • జండికోట
కుటిలవైరుల ద్రుంచి • కొల్లఁబట్టింపఁడే, శ్రీలుమీఱఁగబోర • లోలకోట
పాదుపాదత్తఘునరాజ్య • పదవిరూఢిఁ,
జెన్నెర శ్రీగుంటుపలికుల • శేఖరుండ
టంచు నీవైరిమంత్రులి • ట్లాడుద్రిసవిని
మంత్రికుల హేళిముత్తయా • మాత్యమౌళి।

అనిన నతికుతూహలంబున లేచి కవుంగిలించుకొని యనర్ఘ్య మణిభూషణాదులొ సంగి భోజనంబునకు వేళయించెనని లేచి భోజనాదు లుచితరీతి నిర్వర్తించి రాత్రిమరి యును వార్తలనం జెప్పినపద్యము.

ఉ॥ అద్దిరవీరముత్తఁడభి • యరాతిహరుండుకఠోరశాత్రవో
ద్యద్దళనప్రచండ కరుఁ • డాజి భయంకరుఁడబ్బ! వానితో
నద్దువిరోధమెంత బల • వంతులకైనను నిన్నఁ బంపడే
గద్దరివైరిరాచ తల • కాయలుఁనాలుఁగు గోలకొండకున్॥

అనిన విని వినూత్నరత్నమయంబగు తురాసరీపేషు ఫాదుషా వాఁడొసంగె నది నీ శ్రీకిరీటధారివగుట నీకిరీటంబున నుంచుమని యలంకరించి యనేక బహుమానంబు లొసంగి తిరిగియుముదంబున వార్త మూర్తియననుడివినపద్యము.

మ॥ అహ నీవైరులమంత్రులిట్లనినని • న్నార్యుల్కవుల్పండితుల్
ఘనదానంబున మేఘునిం శిబిఘనుం • గంధీశ్వరుం గర్ణునిం
జనులెల్లన్ వినుతింపఁగెల్చ్వని వి • శ్వాసంబుగాఁ బల్కఁగా
మునునీ చేయుతపంబు గుంటుపలి శ్రీ • ముత్తప్రధానాగ్రణీ॥

అని చెప్పిన మంత్రి బహుమానంబు లిచ్చి విచ్చేయుమనిన భట్టుమూర్తి లేచి సా గనంపలేదని భావగర్భముగఁ జెప్పిన పద్యము.

క॥ పదివేల మాడలిచ్చిన, నిదిగొమ్మని యగ్రహార • మిచ్చినగానీ
ఈదప్రియము చెప్పకుండిన, ముడుగు, సుమీ గుంటుపల్లి • ముత్తయమంత్రీ॥

అనిన ముత్తరాజు లేచివచ్చి కేలుకేలం గీలించి తోడ కొంతదవ్వరిగి యుంచుమన కా లంబుండి కాశీయాత్రా పరికరంబు తానసన్నాహపరచి బహుమానించి తా నేగిన న న్నతిరుగ భట్టుమూర్తి చెప్పినపద్యము.

మ. అనఘప్రాభవ గుంటుపల్లి సచివేం • ద్రా ముత్తయామాత్య నీ
ఘనహస్తాబ్జనవీనవాసన మదం • గవ్యాప్తమైనప్పుడే
కనుగొంటిన్ చతురంతయానపదము • న్తైకొంటి మేల్వస్తువుల్
గనక స్నానములబ్బెమాకు సెలవా • కర్ణాటకక్షోణికిన్॥

అనిచెప్పి సంతోషించి వెళ్లినపిదప నీమంత్రి తనయశంబు దిశలమిగుల నెసంగఁ జేయుచు సంతసంబున నుండె నిది యిరువదియైదవమంత్రి యగు గుంటుపల్లి ముత్యా మాత్యునిచరిత్రము.

ఇరువదియాఱవమంత్రియగు గుంటుపల్లి నరసింగమంత్రికథ.

సీ॥ తన్నేలు నృపతి చే • తనె మేటి కృతి గాంచె, శ్రీగుంటుపల్లి నర • సింగమంత్రి॥

ఈయన సాళువనృసింహరాజను నొకమహీకాంతునిచేత మంత్రియై నిఖిలజనగేయదానవిధానంబయి యుండునెడ రామరాజను నొకకవి దిక్కులం దేతెంచి యితనిం గాంచిన రాజదర్శనార్థంబు తోడ్కొని చన నాకవి రాజసమక్షంబున మంత్రికేక యుపకారంబొనర్ప మంత్రి సైగ చేసిననునీకేలని నేసితరులకుఁ గైవారంబు సేయునవరాజా గ్రహించి యూరకుండ మంత్రిమార్గాంతుండిట్లె నావలన నీకేమికార్యంబన వివాహమునకై నాలుగువేలవరాలు కావలయు నన నప్పుడాతని తోడు చెప్పించిన రాజద్రవ్యంబు కిస్తిగట్టుటమాని నాలుగువేలవరా లొసంగిన మిగుల సంతసించి యాసుకవి రచించిన పద్యము॥

మ॥ వరగంభీరత సింధురాజు, కళల • న్వారాశిపుత్రుండు, సుం
దరభావంబున మన్మథుండు, కరుణ • దాక్షిణ్యధ్వజుం, డార్యస
ద్గురువిప్రావనదానకర్ణుఁ, డఖిల • క్షోణీస్థలి న్మంత్రిశే
ఖరుఁ డీశ్రీకరగుంటుపల్లినరసిం • గామాత్యుఁ డెన్నందగున్॥

అనిన రాజు కోపంబువచ్చి నీ వీ నాలుగు వేలవరాల నిప్పుడియ్యకపలను గాదన నింటికి వార్తపంప నాయనభార్య తననగలు గొదువయుంచి తక్షణంబ యాఘనంబగు ధనంబు పంప భూవల్లభుండు విస్మితుండై యతనిం గని వినుతించి యింటికేతెంచి యా మొక్కు మొక్కి యానగలు మిగుల మోదమ్మున నిమ్మడిగా నిచ్చె నరసింగామాత్యునిం గాంచి చెప్పిన పద్యము.

క॥ యాచకసంరక్షణకై, భూచక్రంబునను వేగ • పొమ్మని నిన్నా
వాచస్పతి పంపెఁగదా, నాచక్కని గుంటుపల్లి • నరసింగన్నా॥

అనికొనియాడి ఘనంబులగు బహుమానంబు లొసంగె నరసయుండిట్లు నాగటికాగ్రిగణ్యుం డనూనముదంబున నుండె. ఇది యిరువదియాఱవమంత్రియగు గుంటుపల్లినరసింగామాత్యుని చరిత్రము.

ఇరువదియేడవమంత్రియగు నందితిమ్మకవికథ.

సీ॥ ఘనబట్టుసుకవికి • మణికుండలము సంగి, నందితిమ్మకవీంద్రుఁ • డుందర్పగల॥
ఈకవిశిఖామణి కృష్ణదేవరాయలవారి యాస్థానంబునంగల యష్టదిగ్గజంబులలో

శోకమహాకవి. ఇతఁడు కృష్ణరాయలకు పారిజాతాపహరణంబను నొకసరస ప్రబంధంబు కృతినర్పించి యారాయలచే నగణితమణిగణసువర్ణాంబరంబులును గజతురంగాందోళికాదియానంబులు ననూనాగ్రహారంబులును మణిఖచితంబగు బంగరుతూగుటుయ్యెలయును గరుడపచ్చలచే నిర్మితంబులగు కుండలంబులును బహుమానంబునంది నిజనివాసంబునకరిగి సుఖాసీనుండై యున్న యెడ నొకనందికులుండగు ముగతాటి సీతారామరాజను కవియాసంది తిమ్మకవిదర్శనంబొనర్చి కైవారంబొనర్ప గారవించిన నయ్యా దేఖర వారికై యొకకృతి నొనర్చితివని విన్నవించి వినయంబున పఠించినపద్యము.

క॥ మాకొలది జానపదులకు, నీకవనపు రీతి యబ్బు ♦ నేకూపనటత్
భేకములకుగగనధునీ శీకరముల చెమ్మ యంది ♦ సింగయతిమ్మా॥

ఆనిపఠియించిన విని రాజొసఁగిన యనర్ఘమణికుండలంబులలో నొకటియొసంగి యుచితసత్కారంబాచరించి వీడ్కొలిపి తాను మరునాఁ డుదయసమయంబున రాజాస్థానంబునకు నొకకుండలంబె ధరించిచనిన రాజది వీక్షించి తిమ్మకవి నీరెండవ కుండలంబేది యనియడిగిన గగనధునీయనుకవి కొసఁగితినని విన్నవించిన నాభట్టుకవిం బిలిచి యాపద్యంబేదీపఠింపుమనన నతఁడు చదువ విని రాజతిముదంబంది గగనధునీయనుస్థలంబున నేనొకశబ్దంబు ప్రయోగించెదనని వారియనుమతివడసి నాకధునీయని రచించిన నాకశబ్దయమకంబునకు భట్టు సంతసిల్లి రాయలవారింగాంచి యయ్యా నాకవిత్వంబునకు మీరురచించినశబ్దంబత్యంతాలంకారంబయ్యె మీరలభినవ భోజులని నుతించి తిమ్మకవియొసంగిన మణికుండలంబు రాయలకర్పించిన నదిగాంచి తిమ్మకవీంద్రుండును మీరలురచించిన శబ్దంబుచే నీకృతి మిగుల శోభించెనని తనచెవినున్న రెండవకుండలంబుం గూడ రాజున కర్పింప నారాజేంద్రుండు వారిసరసత్వంబునకు మిగుల నానందించియా కుండలంబులిరువదివేల వరాలు మూల్యంబుగలవగుటచేఁ దద్ద్రవ్యంబాకవుల కిరువురకొసంగి మరలమిగులనానందించె. తిమ్మకవీంద్రుండును మరల భట్టుకవికి సత్కారంబొనర్చి యఖండసత్కీర్తి వహించె. రాయలవారిచే వచింపబడిన శబ్దంబుతోఁ గూడ.. పద్యము.

క॥ మాకొలది జానపదులకు, మీకవనపు రీతియబ్బు ♦ నేకూపనటత్
భేకములకు నాకధునీ శీకరములచెమ్మనంది ♦ సింగయతిమ్మా॥

ఇదియిరువదియేడవమంత్రియగు నందితిమ్మకవి చరిత్రము.

ఇరువదిఎనిమిదవమంత్రియగు కూరగాయల రామన్న కథ.

సీ॥ కవులకర్థ మొసంగి ♦ ఘనకీర్తి నివహించె, రహి కూరగాయల ♦ రామమంత్రి॥

ఈమంత్రీశ్వరుఁడు రాయలదివాణంబులో సువారము మీది యధికారియగుటచే నొకనాఁడు రాయలవారానతిని బిలిపించి విప్రవరులకు ననేకశాక సూపాపూపాదికంబులచే సంతర్పణంబు గావింపు మనిన నామంత్రి జగంబునంగల శాకంబుల నన్నిటిని సమకూర్చి మద్రసోపేతంబు లగు భక్ష్యభోజ్యలేహ్యచోష్యపానీయాదికంబులచే బ్రాహ్మణాగ్రగణ్యులం దనుప నా బ్రాహ్మణగణంబు లతిసంతసంబుతో కోలాహలముగా భుంజింపుచు రాజసౌధనికటంబున కరిగి యిట్టిసమారాధనంబు దివాణంబులోనుం గూడ నెప్పుడుం జరుగలేదని నుతింప రాయలామంత్రీశ్వరుం బిలిపించి నీవిట్టిసత్కీర్తి ఘటింపఁజేసితివి నీవంటిమంత్రిసత్తముం డెందునుం గలఁడే. సన్మంత్రి గలుగుటచే రాజునకు ననూనసామ్రాజ్యైశ్వర్యసత్కీర్తులు ఘటిల్లుంగదా యని గారవించి యీసమారాధనంబున కెంతధనంబయ్యె నని యడుగ నొకలక్షరౌప్యఖండంబు లయ్యె నన తక్షణంబ యాద్రవ్యం బొసంగి మరల నొకరౌప్యఖండంబులతో ననేక బహుమానంబు లొసంగినఁ గైకొని చను నెడ వందిమాగధబృందంబులు కైవారంబు లొనర్చి తద్ద్రవ్యంబులు వారల కొసంగుచుఁ జనుతఱి నందొక వందికుఁడగు నృసింహారామమంత్రీంద్రుం గని కైవారం బొనర్చినపద్యములు.

క॥ చోరఁబడి నఱికెడువానికి, నరివరుఁ డొకతృణము దాత ♦ యగు నాతనికిన్
వరహాలు చింతగింజలు, కరుణారసధామ ! కూర ♦ గాయలరామా॥

అని మరియుం బహువిధంబుల నుతించిన రామమంత్రీంద్రుం డాకవికి నేఁబదివేల రౌప్యఖండంబు లాదిగాఁగల బహుమానంబు లాచరించి సత్కీర్తికిం బాత్రుఁడయి సుఖంబున నుండె. ఇది యిరువదియెనిమిదవ మంత్రియగు కూరగాయల రామన్న కథ.

ఇరువదితొమ్మిదవ మంత్రియగు వాఁకిటితిమ్మన్న కథ.

సీ॥ వాఁకిటికావలి ♦ జోకతో నొనరించి దివ్యకీర్తి వహించె ♦ తిమ్మమంత్రి॥

ఈమంత్రికంఠీరవుండు రాయల సేనానాయకుం డితఁ డొకనాఁడు సేనాపతియై యుండి విరోధిరాజునం గెలిచి యారాజచేతం [illegible] కత్యంతజయుం డొకండై మెచ్చి యారాజచంద్రుండు అనర్ఘ్యంబును రత్నఖచితంబు నగు[illegible]ంబుతో ననేకబహుమానంబు లొసంగి గారవింప నామంత్రి [illegible] నప్పటి [illegible] గాని సింహద్వారంబున నతఁడు కొలువుదీర్చి యుండె నవ్వేళ మహారాజదర్శనా

బుగా నల్లసాని పెద్దన్న యనుమహాకవీంద్రుఁడును, భట్టుమూర్తి యనుకవిరాయండు. ను గూడి వీరు నలువురు సింహద్వారంబువద్దం జని యచట మెచ్చందగు నమూల్యంబు. యిన పచ్చడంబు గప్పుకొని కూర్చున్న తిమ్మయామాత్యునిం గని తిమ్మమంత్రి యీ. యమూల్యమణిమయాంబరం బెవ్వ రిచ్చి రెచ్చటనుండి దెప్పించితి వని యడుగ నా మంత్రివరుఁడు లేచి వారల నుచితప్రకారంబుగా నాదరించి యయ్యా నిన్న కలబరిగ సంస్థానంబు జయించి నే నేతెంచిన మెచ్చి రాజదేవేంద్రుం డొసంగె నని విన్నవిం ప కవివరు లతివిస్మితులై చనునెడ పెద్దన యనుకవి తిమ్మమంత్రిని వీక్షించి నీ వత్యం త లక్ష్మీకటాక్షపాత్రుండ వయితి వని పద్యపూర్వకంబుగా నొకచరణం బిట్లుపలికె.

క॥ వాఁకిటికావలితిమ్మా, అనిపలికి పెద్దన్న దివాణంబులోనికిం జనిరి. పిద ప నంది తిమ్మకవియు నిట్లు పలికె.

ప్రాకటముగ సుకవివరుల ♦ పాలిటిసొమ్మా॥ అని పలికి తిమ్మకవియుంజనిరి. పిదప భట్టుమూర్తియు నిట్లు వచించె.

నీకిదపద్యము గొమ్మా, అని యతండునుం జనియె. పిదపరామలింగకవి ఇట్లువచించె

నా కీపచ్చడమూ చాల ♦ నయముగ నిమ్మా॥ అనిన విని యామంత్రివరుం డటు వి నిచ్చినం బుచ్చుకొని యేఁగునెడ రామలింగనిం గని కడమయా మువ్వురు కవీంద్రు లీప చ్చడంబున మాకునుం భాగంబు గల దనిన వారిం గాంచి మీయభిప్రాయంబు లాప ద్యంబున మీరలె వివరించితి రడిగిన నంత డిచ్చె నింతియకాని మీకెట్లు భాగం బిం దుం గలదని నిరాకరించిన రాజుకడ కేగి వారలావృత్తాంతం బెఱింగించిన నతనిం బిలి పించి [illegible] వస్త్రం బున్నదని వినియును కనియును నెఱుంగ వేనఖండ భూమండలాధ్య క్షుండ నగుటం జేసి నీకొసంగితి నిది నీ వెట్లు లిచ్చితి వన్నిజన్మంబుల కైన నిట్టివస్త్రం బు నీకు [illegible]ర్యం బగునే యనిన నామంత్రివరుండు రాయలం గని మహారాజేంద్రా ఈ నలువురు కవీంద్రులు నిట్టిమహారాజు నైనను లక్ష్యంబుగా వీక్షింపరు కృతులొసంగ రని వేఱె చెప్పనేల దేవరవారిపై పద్యంబులు రచించుటయు నాయందలి నిర్హేతుకజా యమా[illegible]కటాక్షంబుచే ప్రాప్తింపకుండ నొకపద్యంబు హృద్యంబుగా నీనలువురు గ చెంది పద్య మెన్నిజన్మము లెత్తినను సంపాదింప నోప నిట్టివస్త్రంబు లెన్ని యైనను దేవరదీయకటాక్షంబున లభ్యంబు లగుననిన దానిస్మేరాననుండై కృష్ణరాయ లతని సాహస వాక్యంబుల కతిముదం బొంది అతని కనేకసత్కారంబు లొసంగి రత్నమ యంబగు వస్త్రం బిదివదివేలవరాలకుఁ దెప్పించితి మని దాసివెల నాణ్యమ్మరి కొసంగి యాపద్యం బేదీ నుడువు మనిన రామలింగకవి యిట్లు వచించె.

క॥ వాఁకిటికావలితిమ్మా; ప్రాకటముగ సుకవివరుల ♦ పాలిటిసొమ్మా

నీకిద పద్యము గొమ్మా; నాకీపచ్చడము చాల • నయము నిమ్మా॥

అని పఠించిన రాజును తత్సభికులు విని సంతసిల్లిరి. రాజు తిమ్మనామాత్యుని మిగుల గారవింప నతం డధిక దానం బొనర్చుచు సుఖంబున నుండె. ఇది యిరువదితొమ్మిదవ మంత్రియగు వాకిటికావలి తిమ్మమంత్రి చరిత్రము.

ముప్పదవమంత్రియగు కటికికామన్న మంత్రి కథ.

సీ॥ రిపు గెల్వ నృపుఁడిచ్చు • విపులార్థముల నర్థికర్పించె కటికికా • మన్నమంత్రి॥

ఈయన రాయలవారి యాస్థానంబున నొకదండనాథుం డీమంత్రి బహుశౌర్య దానసంపత్సంపన్నుం డితని నాఁడు భట్టు సింగరాజను నొకకవి యేతెంచి రాజదర్శనంబు కలుగఁగానియ్యరు. రిపుల నాశ్రయింప నని రాజబంధు వగుసాళువతిమ్మరాజు నాశ్రయించి రాజదర్శనం బారా కొనర్పకుండుటచే గ్రాసవాసస్సులకు జరగకుండె. దానంజేసి యతడు ప్రయాసంబు నొందుచు విసివి వేసారి తుదకు నిర ఖేద్యుఁడై యొక నాఁడు సింహద్వారంబునకుఁ జని యచ్చట నుండెడుసభికుల నీక్షించి తనవృత్తాంతం బంతయుం దెలియించి తానాశ్రయించిన సాళువతిమ్మరాజును రాజునుంగూడ నపయశోదూషితులం జేసెద నన వారలెల్లరు రాజు నిముంగవఁడయ్యె. నీవృత్తాంతం బించుకేనియు నెఱుంగఁడామహారాజు నేలపట్టెదవు. ఇట్టి నేమిలాభంబు గలదని ఏమహాత్మువలనైన దర్శనం బొనర్చి సత్కారం బొందెదవెందు కొకయుపాయంబు చెప్పెద మాకర్ణింపు మెట్లనిన కటిక కామన్నయను నొకమంత్రివరుండు గలం డాతనిపై రాయల కత్యంతానుగ్రహంబు గలుగుటచే నాతనిమాట జవదాటక నడుపుచుందు నా మంత్రీంద్రుండును పరోపకారదక్షుండు వితరణకరుణాత్యంతదక్షుండు గాన నీవతని నాశ్రయించుమాత్రంబున నీకార్యం బనుకూలంబు గావించు ననిన విని యామంత్రి యెచ్చట నుండునని యడిగిన వారచటికిప్పుడే తెంతు రని చెప్పుచున్న సమయంబున నాసచివావతంసం బశ్వారూఢుండై రాజద్వారంబున కేతేర నీతఁడే యమ్మహానుభావుం డని వారలెఱింగించిన కవికైవారం బొనర్ప నీ వెవ్వర వని యాతఁ డడుగ నతని వృత్తాంతంబు సాంతంబుగాఁ దెలిపిన విని నీవు శాంతంబు వహింపు మేను నీకార్యంబు సఫలంబు గావించెద నని నూరువరా లొసంగి యొకవిడిదె యేర్పఱచి యచట నుండుమని నియోగించె. అటులుండ నొకనాఁ డొకదుష్కరుండును, ముష్కరుండును, నిష్కరుణుండును నగు తురుష్కునిం జయించి రమ్మని రాయ లంపిన సేనాసమేతుండై వాని నవలీలం దునిమి జయరమాసమాకలితుండై చనుదెంచిన రాజపుంగవుం డతికృపాతరంగితాపాంగుఁడై గారవించి నీ కేమి గావలయు నన నీకటాక్షంబున నాక

షిలవైభవంబులుం గలవు. నాకేమియుం గొరంతలేదు. నేనొక విన్నపం బొనర్చెద నదియెద్ది యంటివేని యీభట్టుకవి వృత్తాంతం బిట్టిదని తనతోఁ జనున్నకవిం గాన్పించి వానికొసఁగఁదలఁచిన బహుమానం బీతని కొసంగిన మిగుల సంతసించెద ననియె. అందుల కారాయలవారు వానిపరోపకార కారుణికత్వ దాతృత్వాదికంబుల కత్యద్భుతం బు నొంది యతని యిచ్ఛాప్రకారంబుగా కవి నాదరించి సత్కరింప నతఁడు సంతుష్టాంతరంగుఁడై రాజునకు కైవారంబొనర్చి కామన్నను భూషించి పూర్వము తన్నాశ్రయించిన సాళువతిమ్మరాజుం గని చెప్పిన పద్యము.

క॥ తనయుఁడి వడిగలదినముల, కని మనవలె నరుడుకటికి • కామనపాలె నే
తినువేలుం ధనములుం రాజుల, చనువేలు నెన్నాళ్ళు నమ్మ • సాళువతిమ్మా॥

అని నిన్నాశ్రయించిన నిశ్చార్యం బొనర్ప నైతివి. కటికికామమంత్రి మహారాజు సత్కీర్తియు నీమానప్రాణంబులును గాపాడెఁ గాని, గానివాఁడు దిట్టకుండునే యనిన సాళువతిమ్మరాజును బహుమానంబు లొసంగి గారవింప యథేచ్ఛం జనియె. ఈమంత్రిశేఖరుం డఖండైశ్వర్య సత్కీర్తిధౌరేయుండై కాహూవాలంబున వర్ధిల నేలుచుండె. ఇది ముప్పదవమంత్రియగు కటికకామరాజుమంత్రి చరిత్రము.

ముప్పదియొకటవమంత్రి మోటుపల్లి శరభరాజుమంత్రి చరిత్రము.

సీ॥ కవిబుధావళి కేలి • ఘనకీర్తి మహిమయుంచె, వరమోటుపల్లిశ్రీ • శరభమంత్రి॥

ఈమంత్రి యలవేమారెడ్డివద్ద కోశాగారంబుపై నధికారి. ఇతఁడు తనయధికారంబులో నుండ నొకకవీంద్రుండు రాజదర్శనార్థంబై చనుదెంచి యనేకకాలం బచట నుండి రాజు వాహ్యాళి కేగుచో కైవారం బొనర్చిన నారాజు సభకుం జనుదెంచి పిలిపించెద నని సెలవిచ్చి మరల గృహంబున కేతెంచి యంతఃపురగతుండై కవిమాట మఱచిన నాకవి యాగ్రహించి దూషింపం బూనిన నీశరభమంత్రి మారాజు నీవు కోరిన ధనం బిమ్మని నాకాజ్ఞాపించి యంతఃపురంబునకుం జనియె. నీయభీష్టధనం బహుగ మిచ్చెద ననఁగా నాతఁడు సంతసిల్లి రాజుం గొనియాడె. రాజావృత్తాంతం బచటివారలవలన విని వారిరువురఁ బిలిపించి మంత్రిం గొనియాడి కవిని మఱియును బహుమానించె నందున నాభట్టు మంత్రిం గుఱించి చెప్పిన పద్యములు.

గీ॥ నీతిదానహీను • ని నియోగి కెవ్వరు, కరణ మనరు వాని • కరుణ మనరు
జాణ మోటుపల్లి • శరభన్న నందఱు, కరణ మనిరి వాని • కరుణ మనిరి॥

ఇట్లుల నుతియించి కవి చనియె. మంత్రియు స్థిరకీర్తిశాలియై సకలసుఖంబుల ననుభవించె. ఇది ముప్పదియొకటవమంత్రియగు మోటుపల్లి శరభరాజుమంత్రి చరిత్రము.

ముప్పదిరెండవమంత్రి బందాపరదేశమంత్రి కథ.

సీ॥ నిరతాన్న దాతయై • నిత్యకీర్తివహించె, కాశి బందాపర • దేశమంత్రి॥

ఈమంత్రి నిరతాన్నదానదీక్షాధురంధరుండై యమరావతి సంస్థానంబులోఁ జేరిన యొక యారికరణంబై కృష్ణాతీరంబున నుండె. ఇట్లుండ నయ్యమరావతి పురాధీశ్వరుండును భూలోకదేవేంద్రవిఖ్యాతి సంపన్నుండును నగు వాసిరెడ్డి వెంకటాద్రినాయుం డనురాజు సకలధర్మాచరణతత్పరుండై తనరాజ్యంబునఁ గలవజ్రంబుల నిధివలన గలుగులాభంబుచే నఖిలైశ్వర్యంబుల ననుభవింపఁదగిన ఫలంబు లిచ్చు పుణ్యవ్రతంబు లాచరించుచు నన్నివ్రతంబులును గంగాస్నానతుల్యంబులు గావని తలంచి సకలపరివారసన్నాహసమేతుండై మహాంద్రవైభవంబుతోఁ గాశికాపురంబునకుం జని యొకదివ్యసౌధాంతరంబున కృతావాసుండై నిత్యంబు గజాధిరూఢుండై స్నానంబున కేఁగుచు మరల వచ్చుచునుండి సకలఖండల భూమండలాధీశ్వరుండును బ్రాహ్మణులమండనంబును రాజాధిరాజేంద్రుండును నపరపరశురామావతారుండును నగుశ్రీమంతుని సందర్శింపవలయునని తత్రత్యులగు ననేకపండితవరుల కనేకవజ్రఖచితాలంకారాదులతో లంచంబులుగా నొసంగుచు ప్రయత్నంబు గావింపుచుండ నొకనాఁ డరుణోదయంబున శ్రీమంతుఁడు సుదూరవిసర్జితపరిజనుండై యొక్కరుండ యొకగంగాఘట్టంబున స్నానసంధ్యాదికృత్యంబు లాచరించుకొనుచుండ నీవెంకటాద్రినాయుఁడు గజారూఢుండై స్నానంబునకరుగుచో ముంగుచను వేత్రహస్తులు మొదలగు ననేకపరివారజనంబులు గంగాతీరంబునం డిగి శ్రీమంతుని, ధీమంతులు గారు గావున సామంతునిగా నెఱుఁగక రాజదేవేంద్రుం డనుదెంచుచుండె లెమ్ము లెమ్మని రోసరిల్లఁజేసిన నాశ్రీమంతుండు గంగాతీరంబు వదలి నిజపరివార సమీపంబునకుం జని యాగజారూఢుండగువాని సపరివారంబుగా కారాగారంబునం బడవేయుండని నియమించి స్వగృహంబునకుం జనిరి. ఇట నితనిపరివారంబున కీతనికి, నొక్కొకనికి పదువురుచొప్పున తదీయభటులేతెంచి శృంఖలాబద్ధులంజేసి కారాగారంబునఁ బడవైవ నేమియుం జేయఁజాలక తత్రత్యులగుభటుల నమూల్యవజ్రదానంబుల లోఁబఱచుకొని పూర్వంబు తనచే వజ్రసత్కృతులగు పండితులపాలికి వార్తల నంపించుకొని వారివలన శ్రీమంతుని కరుణగలుగునటుల గావించుకొని విముక్తశృంఖలుండై తద్దర్శనంబునకు పరిమితపరివారంబుతో నేఁగి నవరత్నఖచితసింహాసనాసీనుండై యనేకసహస్రపండితమండలీ పరివృతుండై దేవతాసేవ్యమానుండగు విశ్వేశ్వరునిచందంబున నున్న శ్రీమంతుని గాంచి సుదూరకృతసాష్టాంగదండప్రణాముండై లేచి తత్పాదపీఠసమీపంబున కరిగి వజ్రమయంబగు హారి

వాణంబును పంచపాత్రయు కానుకగా సమర్పించిన నాస్త్రమంతుండు బందాపర దేశమంత్రి నివసించు గ్రామసమీపంబున నుండు పల్లెలెల్లను పాళెగాండ్రవా యు ప్రశంసించి కొంతతడవునకు సెలవొసంగిన మఱలజను కేతెంచి కొంతకాలంబునకు నిజ రాజధానిం జేరి నారాజ్యంబున నొకగ్రామంబున కరిణీకంబుఁ జేసికొనువాఁడొండు కీర్తిశాలి బుధుఁడను ముని నిరపేక్షయంబగు కరిణీకంబు తొలఁగింపఁజేసిన నత్యాశ్రయుండు గృహస్థితంబులకు ధనభూషాంబరధాన్యాదికంబులచే నన్నదానంబు గావించుచుండ క్రమంబున నన్నియు నామావశేషంబులైన నింకేమియు గృహంబున లేకుండుటంజేసి పుల్లెలమ్మిన యారనేక కట్టెలమ్ముట దుస్తరంబని తలంచి యన్నపూర్ణాంబ నామ యగు భార్యయు విశ్వేశ్వరాత్మజుఁడగు తానును నొకనాఁటి సాయంకాలంబున కాశికిం బోదమని తలంచుకొని యప్పుడె బయలువెడలి క్రోశమాత్రదూరంబున నొకపల్లెఁ గాంచి నడుమఁ జాలక యొకరచ్చసావడిం గాంచి యందు శయనించి యుండ మూఁడుదినంబులనుండి యన్నంబు లేక యాఁకటం జెడన్ని పదిమంది పరదేశులు అచ్చోటికి నేతెంచి వారిలో నాయ బందాపరదేశమంత్రి యనుపేర గ్రామమచ్చటికి క్రోశమాత్రమున నుండు. రాత్రియామద్వయంబున నేనియు నచటికేగిన మేము స్వాస్థాన్నసంతుష్టుమయ్యెదమని యనుకొనుమాట లాసంపతి లాలించి యహో యిట్టి కష్టంబులు గానయ్యెనని చింతించుచుండ నాతని యిల్లాలు భర్తంగని వీరు మఱి యాఁడఁ జేరనను నుపు మనమే చేరఁగల శక్తిగలవారమై యున్నారము. మనగృహంబున నిట్టి వృల్లు రుబ్బుకొను గొప్పదాసరాతి రుబ్బురోలొకటి గలదు. దాని నెవ్వరికేని విక్రయించి వీరిం దృప్తులం జేసి రేపకడ లేచి పోవ మనిన భర్తయు నియ్యకొని యా ఇట్లిరువురు గృహంబునకు వేగంబునం జని యారాతియు యిరువురు చేతులం బట్టి పెల్లగించినంతను దానిక్రింద కోటిసువర్ణంబులచే నిండింపఁబడిన యొకగోలెంబు గాన్పించిన నత్యంతసంతుష్టాంతరంగులై మనవాఁటి పరమేశ్వరుండిట్లొసంగె నని యనుకొనుచు నుండునంత వారలేతెంచిన వారికి సకలాన్నపానంబులఁ దనియించి వారి కండలగ్లానంబులు మాయఁగలన్ని యొసంగిన నంతొక కవి రచించిన పద్యము.

క॥ బృందారకలోకంబున, మందారంబుండె వెలిచి మహోత్తమ చెఱఁ
బందాపరదేశము నా, నందముగా నర్థికోటి కాధారంబై॥

ఇట్లు నుతించి వారలరిగిన పిమ్మట ననేక దేవాలయారామ కూప వాపీ తటాకాది ప్రతిష్ఠలం జేసి స్థిరకీర్తిప్రవర్తకుండై ప్రసిద్ధి నొందె. ఇది యిరువది రెండవమంత్రియగు బందాపరదేశరాజు మంత్రి చరిత్రము.

సంపూర్ణము.

www.ingramcontent.com/pod-product-compliance
Lightning Source LLC
LaVergne TN
LVHW020044220825
819277LV00003B/26
9781019599891